शरीर-विज्ञानाचे तुषार

डॉ. ह. वि. सरदेसाई

सकाळ प्रकाशन

सकाळ प्रकाशन

शरीर-विज्ञानाचे तुषार

प्रथम आवृत्ती : फेब्रुवारी २०१६

अक्षरजुळणी आणि मांडणी
अश्विनी महाजन

मुखपृष्ठ
संदीप देशपांडे

प्रकाशक
सकाळ पेपर्स प्रा. लि.
५९५, बुधवार पेठ,
पुणे ४११ ००२

मुद्रणस्थळ
रेप्रो नॉलेज कास्ट लिमिटेड, ठाणे

ISBN : 978-93-84316-98-3

अधिक माहितीकरिता :
०२०-२४४० ५६७८/८८८८८ ४९०५०
sakalprakashan@esakal.com

मनोगत

शरीर–विज्ञान हा विषय जिव्हाळ्याचा आहे, कारण प्रत्येक व्यक्तीच्या दृष्टिकोनातून तो महत्त्वाचा असतो. विषय मोठा आहे, कित्येक ग्रंथालये या ज्ञानाची मांडणी करणाऱ्या ग्रंथांनी भरलेली आहेत. हे विज्ञान एखाद्या सागराप्रमाणे आहे. त्या जलौधीतून काही तुषार दाखवता येतील. या लेखनाचा हेतू समाजाला पडलेल्या काही प्रश्नांबद्दल मार्गदर्शन व्हावे एवढाच आहे. सकाळ वृत्तसमूहाच्या 'साप्ताहिक सकाळ'च्या संपादिका श्रीमती ऋता बावडेकर यांच्या सूचनेवरून प्रकृतिविषयक लहानलहान विषयांवर पटकन वाचून होईल एवढेच लिहिण्याचे ठरवले. फार मोठे लेख वाचणे हे आजच्या घाईगडबडीच्या आणि धावपळीच्या दिनचर्येत बसवणे सोपे नाही हा विचार छोटेछोटे लेख लिहिण्यामागे आहे. या लघु–लेखांना 'साप्ताहिक सकाळ'ने नियमित प्रसिद्धी दिली. त्याचे संकलन करून *सकाळ प्रकाशन*ने हे पुस्तक वाचकांसमोर आणले आहे. यामागे ज्यांची प्रेरणा आहे, पडद्यामागचे कार्य आहे, त्या सर्वांचा, विशेषत: श्रीमती ऋता बावडेकर आणि दीपाली चौधरी, या सर्वांचा मी ऋणी आहे.

– डॉ. ह. वि. सरदेसाई

अनुक्रमणिका

आजारांचा प्रतिबंध

श्वसनसंस्था, खोकला

संसर्ग आणि ताप

पचनसंस्था

आजारांचा प्रतिबंध

आजारांचा प्रतिबंध आणि जीवनशैलीतील बदल

आयुर्मान आणि प्रकृतिस्वास्थ्य या दोन्हींवर दोषयुक्त जीवनशैलीचा विपरीत परिणाम होत असतो. जगभरात 'तंबाखूचा वापर' हे मृत्यूचे महत्त्वाचे कारण आहे. वास्तविक ते टाळण्याजोगे आहे. मद्यपान हेदेखील असेच एक टाळता येण्याजोगे विकारांचे कारण होय. स्थूलपणा आणि मधुमेह यांचे प्रमाण झपाट्याने वाढत चालले आहे. आपला आहार, व्यायाम, मद्याचे सेवन आणि धूम्रपान या घटकांकडे अधिकाधिक दक्षतेने पाहण्याची वेळ आली आहे. धूम्रपान आणि मद्यपान ही व्यसने जडावयाला सोपी असली, तरी सोडणे फार कठीण असते, हा सार्वत्रिक अनुभव आहे. वजन कमी करण्याकरिता पथ्य आणि व्यायाम याबद्दलचा सल्ला पुरेशा गांभीर्याने घेतला जाताना दिसत नाही. तंबाखूचे दुष्परिणाम आता शहरी व गावातल्या प्रत्येक साक्षर माणसाला माहीत झालेले आहेत. धूम्रपान थांबवल्यानंतर पक्षाघात, हृदयविकार आणि कॅन्सर या आजारांचा धोका निश्चित कमी होतो. पायाच्या रक्तवाहिन्यांना झालेल्या आजारामुळे (बर्जर्स डिसिज) पाय कापून टाकण्याचाही प्रसंग येणे संभवते. हा धोकादेखील धूम्रपान थांबवल्यावर कमी होतो. मद्यपानामुळे होणारी प्रकृतीची हानी वारंवार नजरेस आणून देण्यास पर्याय नाही. धूम्रपान करणाऱ्यांपेक्षा मद्यपानाची सवय लागलेल्या व्यक्ती सल्ला अधिक गांभीर्याने स्वीकारतात. आपल्या आवडीचा व्यायामप्रकार निवडणे महत्त्वाचे ठरते; कारण व्यायामाचा फायदा होण्याकरिता तो नियमित करणे आवश्यक आहे. स्थिर पद्धतीचे, चल पद्धतीचे, तोल व स्थितिस्थापकत्व राखणारे आणि दीर्घकाळ काम करण्याची क्षमता वाढवणारे असे चारही प्रकारचे व्यायाम प्रत्येकाला आवश्यक आहेत.

उपचाराआधीच प्रतिबंध बरा

'Precaution is better than cure' ही इंग्लिश म्हण प्रसिद्ध आहे. आजच्या वैद्यकशास्त्रातदेखील या प्रतिबंधात्मक योजनांचे महत्त्व वाढत चालले आहे. कोणत्याही आजाराचे निदान जितक्या लवकर होईल, तेवढा उपचारांना प्रतिसाद चांगला मिळतो. त्याचप्रमाणे आजार होऊ न देणे हेच प्रकृतिस्वास्थ्याचे खरे ध्येय असले पाहिजे. भारताला स्वातंत्र्य मिळाले (१९४७) तेव्हा सर्वसाधारण माणसाची जीवनाची अपेक्षा (life expectancy) २८ वर्षे एवढीच होती. आता ती ६५च्या आसपास आहे. शिवाय ६० वर्षांच्या निरोगी स्त्रीपुरुषांना आणखी १० वर्षे किमान कार्यरत राहता यावे, अशी परिस्थिती आहे. या परिस्थितीत उत्तरोत्तर सुधारणा होत जाण्याची लक्षणे दिसत आहेत. प्रगत राष्ट्रांप्रमाणे भारतातही ही आयुर्मर्यादा ७७-७८ वर्षांची व्हावी. या वाढत्या वयाबरोबर जीवनशैलीतील चुका, तंबाखूचे सेवन, मद्यपान आणि आहारातील त्रुटी यांतून निर्माण झालेले उच्च रक्तदाब, रक्तातील मेदघटकांचे विपरीत प्रमाण, मधुमेह, रक्तवाहिन्यांचे आजार यामुळे अकाली मृत्यूचे प्रमाण वाढत चालले आहे. प्रत्येक व्यक्तीने या बाबतीत जागरूक राहण्याची वेळ आलेली आहे. काही दशकांपूर्वी हे आजार संपन्न उच्चभ्रू समाजघटकांत होतात, असे मानले जात असे. या विचारसरणीतील फोलपणा आता समजला आहे. कोणत्याही आर्थिक पातळीवर स्त्रीपुरुषांना तारुण्यातदेखील जिवावर संकट येईल असे आजार उद्भवू शकतात. हे आजार टाळण्यासाठी जीवनशैलीत योग्य बदल करणे आणि आवश्यक वाटल्यास औषधे घेणे याचा उपयोग होतो. कोणतीही तक्रार नसली, तरी शारीरिक तपासणी व आवश्यक त्या इतर तपासण्या वेळोवेळी करून घेण्याने आजाराचे निदान व प्रतिबंध सुकर होतो.

कॅन्सर :
उपचारापेक्षा प्रतिबंध बरा!

कॅन्सरचा प्रतिबंध हा विषय फार महत्त्वाचा आहे. याचे मुख्य कारण, एकदा कॅन्सर झाला की आपल्या प्रयत्नांना व प्रयत्नांच्या परिणामांना मर्यादा येतात. यादृष्टीने दोन तपासण्या महत्त्वाच्या मानल्या गेल्या आहेत. पहिली तपासणी ही स्त्रियांच्या योनिद्रव्याची– पॅप स्मिअर (Pap smear) तपासणी ही होय. दुसरी म्हणजे शौचाद्वारा बाहेर पडणाऱ्या मळात असणारे, परंतु दृष्टीला न पडणारे रक्त (occult blood), याची तपासणी ही होय. या दोन्ही तपासण्यांचे ध्येय कॅन्सरच्या सुरुवातीला त्याचा सुगावा लागावा व आगामी कॅन्सर होणाऱ्या भागाला काढून टाकता यावे. पुरुषांत केली जाणारी रक्ताची पी.एस.ए. तपासणी आणि स्त्रियांच्या केलेल्या सोनोग्राफीच्या तपासण्यांतून आजार झालेला सापडतो. परिणामी, या तपासण्यांतून मिळालेल्या माहितीवरून बऱ्याच आक्रमक उपचारांचा अवलंब करावा लागतो. स्तन किंवा प्रोस्टेट ग्रंथीची शस्त्रक्रिया करून हे भाग काढून टाकावे लागतात. उलटपक्षी पॅप स्मिअरमधून मिळणाऱ्या आगाऊ सूचनेमुळे करावी लागणारी कोअर बायोप्सी किंवा मोठ्या आतड्यातील गाठ काढून टाकणे या शरीराला मोठा अपाय करणाऱ्या शस्त्रक्रिया नसतात. पॅप स्मिअरची तपासणी गर्भाशयाच्या मुखावर होऊ घातलेल्या कॅन्सरचा सुगावा लागण्याच्या दृष्टीने फार उपयुक्त ठरते. अशी तपासणी वयाच्या २१व्या वर्षापासून दर दोन वर्षांनी होणे इष्ट आहे. मोठ्या आतड्याच्या कॅन्सरसाठी शौचाच्या नमुन्यात ऑकल्ट ब्लड आहे किंवा कसे, हे पाहणे वयाच्या ५० वर्षांपासून ७५ वर्षांपर्यंत प्रतिवर्षी करणे आदर्श होय. स्त्रियांमध्ये स्तनाच्या कॅन्सरची मोठी समस्या आहे. या आजाराचे जितक्या लवकर निदान होईल व उपचार सुरू होतील तेवढे श्रेयस्कर आहे. त्यादृष्टीने मॅमोग्राफी या तपासणीचा खूपच उपयोग होत असतो.

हृदयविकाराचा प्रतिबंध

हृदयविकाराचे प्रमुख कारण रोहिणीकाठिण्य विकार हे होय. या आजारात मध्यम व मोठ्या आकाराच्या रोहिणींच्या अस्तरात कोलेस्टेरॉल या मेणासारख्या पदार्थांच्या गाठी साचू लागतात. आपल्या रक्तात येणारा कोलेस्टेरॉल १३–१४% आहारातून तर ८४–८५% आपल्या यकृताच्या पेशींत तयार होऊन येतो. मटण, अंडी, तूप, लोणी, साय या पदार्थांत असणारे कोलेस्टेरॉल आहारातून आपल्या रक्तात येतात. यकृतात बांधला जाणारा कोलेस्टेरॉल ॲसिटेट या रेणूंपासून बांधला जातो. हा तयार झालेला कोलेस्टेरॉलचा रेणू यकृताच्या पेशीतच राहतो. तो तेथून काढून विविध पेशींकडे नेण्याचे कार्य करणारा लो डेन्सिटी लायपोप्रोटीन हा रेणू रक्तात कोलेस्टेरॉलचे प्रमाण वाढवतो. पेशीतील कार्य झाल्यावर राहिलेला कोलेस्टेरॉल हाय डेन्सिटी लायपोप्रोटीन हा रेणू पेशीतून परत यकृताकडे नेतो व यकृतातून पित्ताशयात उत्सर्जित होतो. कोलेस्टेरॉलचे प्रमाण २०० mgm% पेक्षा कमी ठेवणे इष्ट असते; अन्यथा तो रक्तवाहिन्यांच्या अस्तरात जमू लागतो. रक्तदाब वाढला की हे कोलेस्टेरॉल रक्तवाहिन्यांत फिरण्याची व साचण्याची प्रक्रिया अधिकाधिक जलद गतीने होते. धूम्रपानातून शरीरात निकोटीन हा रेणू जातो, त्यामुळे रक्तवाहिन्या आकुंचन पावतात. या अरुंद रक्तवाहिन्यांत दाब वाढतो व रक्तातील कोलेस्टेरॉल रक्तवाहिन्यांच्या अस्तरात झपाट्याने जातो. रक्तातील युरिक ॲसिड वाढल्याने, मधुमेहाने, रक्तात होमोसिस्टिन साचल्याने, रक्तवाहिन्यांचा दाह झाल्याने हे प्रमाण वाढते. काही किटाणूंच्या दाहानेदेखील रक्तवाहिन्यांत रक्त गोठण्याची प्रवृत्ती वाढते. याकरिता आहारात मीठ व तेल कमी असावे. वजन कमी ठेवावे. चल पद्धतीचे व्यायाम आठवड्यातून पाच वेळा ३० मिनिटे करावेत. मन प्रसन्न ठेवावे.

प्रकृतिस्वास्थ्यासाठी व्यायाम

चांगली प्रकृती कमावण्याकरिता सकस आहाराची जितकी गरज असते, तेवढीच नियमित केलेल्या व्यायामाची असते. व्यायामामुळे शरीर सुडौल राहते, कामांना लागणारी शक्ती कमावली जाते, सांधे मोकळे राहतात. कामात गती व अचूकपणा येतो. दीर्घकाळ कष्ट करण्याची क्षमता वाढते. मधुमेह, वाढलेला रक्तदाब आणि रक्तातील मेदघटक यांतील विकृतींना आळा घालण्यास मदत होते. हृदयविकार टाळण्यास मदत होते. फुप्फुसांची क्षमता वाढते. मन प्रसन्न राहते. उत्साह वाढतो. भूक चांगली लागते. मलविसर्जन सहज होते. झोप शांत व गाढ लागते. मनात खिन्नता टिकत नाही. नियमित केलेल्या व्यायामाचा चांगला परिणाम होतो. व्यायामाचे चार प्रमुख प्रकार मानले जातात. प्रकृतिस्वास्थ्यासाठी चारही प्रकार महत्त्वाचे असतात. एखाद्या व्यक्तीला त्यातील एखादा प्रकार कमी अथवा जास्त लागणे शक्य असते. हे चार प्रकार म्हणजे (१) स्थिर पद्धतीचे (२) चल पद्धतीचे (३) लवचीकपणा आणि तोल सांभाळण्याकरिता करावयाचे आणि (४) सातत्याने दीर्घकाळ काम करताना थकवा येऊ नये यासाठी करावयाचे, असे होय. यांपैकी स्थिर पद्धतीच्या व्यायामात सांध्यांची हालचाल कमीत कमी होते किंवा होत नाही. चल पद्धतीच्या व्यायामात सांधे हलतात. तोल सांभाळण्याकरिता करावयाच्या व्यायामात काही नृत्यांचे प्रकार आणि योगासने येतात. दमछाक होऊ नये याकरिता संथ गतीने चल पद्धतीचे व्यायाम हळूहळू वाढवत नेणे आवश्यक असते. स्थिर पद्धतीच्या व्यायामांनी हृदय आणि फुप्फुसांची कार्यक्षमता वाढते. याकरिता नाडीची गती वाढणे आवश्यक आहे. योगासने एका वेळेस अर्धा तास आठवड्यातून तीन वेळा करावीत. संथ गतीने ४० मिनिटे सकाळ-संध्याकाळ पायी चालावे. या चारही प्रकारांनी केलेल्या व्यायामाचा आपल्याला खूप फायदा होतो.

वाढणाऱ्या रक्तदाबाचा प्रतिबंध

मानवी शरीरात १० हजार कोटी पेशी असतात. प्रत्येक पेशीला आपले अस्तित्व टिकवण्यासाठी आणि कार्य करण्यासाठी ऊर्जा लागते. ही ऊर्जा पेशीतच तयार होते. ही निर्माण करण्याकरिता प्राणवायू आणि अन्नघटक लागतात. हे संपूर्ण शरीरभर पुरवण्याचे कार्य हृदय आणि रुधिराभिसरण संस्था करत असतात. या संस्थांमधून रक्ताचा प्रवाह सतत चालू असतो. असा प्रवास टिकण्याकरिता या संस्थेत जागोजागी कमीजास्त दाब निर्माण केला जातो. या दाबाला रक्तदाब म्हणतात. या रक्तदाबाचा एक परिणाम म्हणजे रक्त पुढेपुढे ढकलले जाते. दुसरा म्हणजे, या दाबाचा परिणाम रक्तवाहिन्यांच्या आतल्या अस्तरांवर होतो. या अस्तरावरील दाबामुळे रक्तातील कोलेस्टेरॉल या मेणासारख्या मेद घटकाचे रेणू रक्तवाहिन्यांच्या अस्तरात जातात. तेथे कोलेस्टेरॉलच्या रेणूंची ढेकळे बनतात. या ढेकळांमुळे रक्तवाहिन्या अरुंद होऊ लागतात. अरुंद झालेल्या रक्तवाहिन्यांतून रक्त जोरात वाहू लागले की अस्तराला चिरा पडतात. जेथे चीर पडते तेथे रक्त गोठते. गोठलेल्या रक्तवाहिन्यांतून रक्त अवयवांकडे जाऊ शकत नाही. रक्तदाब वाढण्याचे एक कारण म्हणजे आपल्या आहारातील मीठ हे होय. रक्तदाब आटोक्यात राहावा यासाठी मिठाचे सेवन जितके कमी करता येईल तेवढे चांगले. दिवसातून दोन वेळा दर वेळी ४० मिनिटे चालत राहण्याने एका आठवड्यात २ हजार उष्मांक वापरले जातात. ३ हजार ५०० उष्मांक वापरले गेले की १ पौंड मेद घटतो. हृदयाला प्रत्येक स्पंदनाबरोबर तेवढे रक्त पुढे ढकलावे लागते. नियमित पायी चालण्याने हळूहळू वजन कमी होईल व रक्ताभिसरणावरचा ताणही कमी होऊ लागेल. रक्तदाब वाढण्याची इतरही कारणे असू शकतात.

अस्थिभंग (फ्रॅक्चर) टाळता येईल का?

शरीराचे कोणतेही हाड मोडू शकते. हाडाची स्थिती आणि आघाताची तीव्रता, यावर हाड मोडणार किंवा कसे हे ठरते. हाडाची स्थिती आपल्या आहार, व्यायाम आणि काही अंतर्ग्रंथींच्या स्रावांवर अवलंबून असते. हाडे बळकट राहण्याकरिता चांगल्या प्रतीचे पुरेसे प्रथिन, जीवनसत्त्व अ, क आणि ड, कॅल्शिअम, लोह यांची आहारात कमतरता नसावी. चांगल्या प्रतीचे प्रथिन उपलब्ध व्हावे, यादृष्टीने तृणधान्ये आणि डाळी, दूधदुभते यांचे मिश्रण इष्ट असते. तृणधान्यात लायसीन आणि मेथिओनिन ही अमायनो आम्ले कमी पडतात. डाळीतून लायसीन मिळते. दूध आणि पालेभाज्यांतून मेथिओनिन हे अमायनो आम्ल आणि ओमेगा तीन ही मेदाम्ले मिळतात. यादृष्टीने वरणभात, दूधपोहे, दहीभात, मुगाच्या डाळीची खिचडी, डाळरोटी असे जोड पदार्थ घेणे चांगले. जीवनसत्त्व 'ब१२' फक्त प्राणिजन्य आहारातूनच मिळते. दुधातून चांगल्या प्रतीचे कॅल्शिअम उपलब्ध होऊ शकते. हाडांत बळकटी येण्याच्या व स्नायूत शक्ती येण्याच्या दृष्टीने व्यायाम महत्त्वाचे असतात. आठवड्यातून तीन दिवस, प्रत्येक वेळी २० मिनिटे व्यायाम करावा. पुरुषत्वाला जबाबदार असणारे टेस्टॉस्टेरॉल, स्त्रीत्वाला जबाबदार असणारे इस्ट्रोजेन आणि काही शरीराच्या बाहेर लॅबॉरेटरीत गुंफलेले ॲनॅबॉलिकस्टेरॉइड्स यांचा हाडांत प्रथिने, कॅल्शिअम बांधण्याच्या दृष्टीने उपयुक्त परिणाम होतो. रजोनिवृत्तीनंतर इस्ट्रोजेन संप्रेरकांचे प्रमाण घटते, त्यामुळे हाडे ठिसूळ होतात. भारतातील सर्वेक्षणावरून वयाच्या ५० नंतर दर तीन स्त्रियांमध्ये एका स्त्रीला अस्थिभंगाचा त्रास होतो. यादृष्टीने सकस आहार आणि नियमित केलेल्या व्यायामाला अतोनात महत्त्व आहे. कॅल्शिअम किंवा जीवनसत्त्व 'ड' यांच्या गोळ्या घ्याव्यात किंवा कसे, हे आपल्या डॉक्टरांना विचारून ठरवावे.

आजार आणि अपघात टाळलेलेच बरे

गेल्या काही दशकांत सर्वसाधारण आयुर्मर्यादा वाढत चालली आहे, तरीही आजसुद्धा आयुष्यावर बेतू शकतील अशी टाळता येण्याजोगी बरीच कारणे आहेत. तंबाखूचे सेवन, व्यायामाचा अभाव, मद्यपान, काही जीवाणूंचा प्रादुर्भाव, अपायकारक रासायनिक रेणूंचा दुष्परिणाम (यात औषधांचा वापरदेखील आला), वाहनांचे अपघात, काळजी न घेता ठेवलेले शरीरसंबंध आणि व्यसनाधीनता या कारणांमुळे आजार आणि मृत्यू स्वत:च्या चुकीमुळे होतात, ते टाळण्याचा प्रयत्न करणे आवश्यक आहे. मनोरंजनासाठी काही व्यक्ती धोका पत्करतात, याची जाणीव त्यांना करून दिली गेली पाहिजे. बोटी चालवणे, सायकल किंवा दुचाकी चालवणे, हत्यारांशी खेळणे, पोहण्याच्या तलावात एकट्याने उतरणे, या सर्वांबरोबर घरात होऊ शकणारा हिंसाचार याबद्दल समाजाचे, कुटुंबाचे आणि व्यक्तीचे प्रबोधन आवश्यक आहे. चारचाकी वाहनातून प्रवास करताना आसनासोबतचे पट्टे बांधणे व दुचाकी वाहनावर असताना हेल्मेट वापरणे हे अत्यावश्यक असल्याचे शाळेतील विद्यार्थ्यांपासून सर्वांना सांगणे आवश्यक आहे. आजार टाळण्याचा प्रयत्न स्तुत्य आहे; परंतु मृत्यू कायम टाळणे अशक्य असते, याचीही समज प्रत्येक विचारी मनाला हवीच. शिवाय, कोणत्याही पद्धतीने आजाराचा १०० टक्के प्रतिबंध करणे ही अपेक्षाही अवास्तव होय. वृद्धांना पडण्यामुळे इजा होते, त्याचा प्रतिबंध करता आला तर बराच फायदा होईल. घरात, घराबाहेर कोठेही पडण्याचा धोका असतो. जिन्यावरून उतरताना, वळताना तोल जाऊन, ओल्या फरशीवर चालताना पडण्याचा धोका वाढतो. हे टाळण्यासाठी जिन्यांना कठडे असावेत, प्रत्येक ठिकाणी भरपूर प्रकाशयोजना असावी, फरशी ओली राहणार नाही याची काळजी घ्यावी.

मधुमेह टाळता येईल का?

भारतामध्ये आणि इतर देशांतही मधुमेह होण्याचे प्रमाण वाढत चालले आहे. विकसनशील देशांत ही वाढ दखलपात्र आहे. मधुमेह होतो याचे कारण शरीरात इन्सुलिन या संप्रेरकाच्या (हॉर्मोनच्या) कार्यात त्रुटी निर्माण होते. काही व्यक्तींमध्ये इन्सुलिनची निर्मिती खुंटते (टाईप वन, Insulin Dependent Diabetes Mellitus - IDDM). बऱ्याच रुग्णात इन्सुलिनची निर्मिती होऊनदेखील तो रेणू आपले कार्य प्रभावीरीत्या पार पाडण्यास असमर्थ ठरतो. (Type II Non Insulin Dependent Diabetes Mellitus - NIDDM).

टाईप वन (IDDM) हा प्रकार सहसा लहान वयात होतो व या रुग्णांना इन्सुलिनचे इंजेक्शन घेणे आवश्यक असते. आपल्या शरीरातील प्रतिकारशक्तीचा एक भाग परकीय रेणू व पेशी ओळखून त्यांना नष्ट करण्याच्या उद्देशाने या परकीय रेणूंविरुद्ध प्रतिपिंडे तयार करत असतो. आपपर भेद जाणण्यातील त्रुटीमुळे स्वतःच्या शरीरातील पेशींविरुद्ध प्रतिपिंडे तयार होऊ लागतात. या विकाराला ऑटो इम्यून डिसॉर्डर म्हणतात. स्वादुपिंडातील आयलेट सेल्सपैकी बीटा पेशींविरुद्ध प्रतिपिंडे निर्माण आल्याने या पेशींना अपाय होतो. आनुवंशिकता आणि काही विषाणूंचा प्रादुर्भाव यांचा हा परिणाम आहे, असे मानले जाते. या विषाणूंविरुद्ध (कॉक्सामी व्हायरस) लस वापरून टाईप वन टाळता येईल का, या प्रकारचे संशोधन चालू आहे.

NIDDM होण्याचे प्रमुख कारण स्रवलेल्या इन्सुलिनच्या रेणूचा चयापचयावर योग्य प्रमाणात परिणाम न होणे हे होय. याला इन्सुलिन रेझिस्टन्स म्हणतात. आनुवंशिकता, वाढलेले वजन, स्थौल्य, व्यायामाचा अभाव, मानसिक ताण, दूषित आहार यांमुळे हा इन्सुलिन रेझिस्टन्स येतो. नियमित पायी चालणे हा एक चांगला व्यायाम होय. रोज ४० मिनिटे सकाळी व ४० मिनिटे संध्याकाळी पायी चालल्यास एका आठवड्यात २ हजार उष्मांक वापरले जातात. ३ हजार ५०० उष्मांक वापरले गेले, की १ पौंड मेदाचे विघटन होते. दोन महिन्यांत १ किलो मेद कमी होईल. वर्षभरात सहा किलो वजन कमी होईल, स्नायू बळकट होतील. ज्यांच्या घराण्यात मधुमेहाचे रुग्ण आहेत त्यांनी लहानपणापासूनच आहार आणि व्यायाम याकडे कसोशीने लक्ष देऊन वजन वाढू देऊ नये. काही आजार व औषधांनीदेखील साखर वाढू शकते, त्याकडेही लक्ष द्यावे.

श्वसनसंस्था, खोकला

खोकला येणे

निरामय प्रकृतीत स्थिरावलेल्या व्यक्तीला क्वचितच खोकला येतो. आपल्या श्वासनलिकांच्या अस्तरातून एक पातळ स्राव सतत तयार होत असतो. या स्रावाचे एक मुलायम अस्तर श्वासनलिकांच्या आतल्या बाजूने तयार होत असते. या अस्तराच्या पेशींना आपल्या हाताच्या बोटांसारखे सूक्ष्म अवयव असतात. त्यांना 'सिलिया' म्हणतात. तयार झालेल्या स्रावाचे अस्तर या सिलिया सतत आपल्या गळ्याकडे आतून ढकलत असतात. हा स्राव घशापाशी आला, की आपण तो गिळून टाकतो. खोकला हा आपल्या प्रतिकारशक्तीचा एक भाग असतो. नाक आणि घशातून श्वासनलिकेत गेलेल्या परकीय तापदायक रेणूंपासून फुप्फुसाचा आणि पर्यायाने शरीराचा बचाव करणे हा खोकल्याचा प्रमुख उद्देश असतो. श्वासनलिकेत साचून राहिलेल्या स्रावांचा निचरा करणे हेदेखील एक महत्त्वाचे कार्य खोकल्यामुळे घडते. आपण खोकतो आहोत, हे कोणत्या तरी आजाराचे लक्षण असावे, हे रुग्णांना समजते व खोकल्यापासून सुटका मिळावी या उद्देशाने ते वैद्यकीय मदतीची अपेक्षा करतात. कोणीही व्यक्ती स्वेच्छेने खोकू शकते; परंतु बहुतेक वेळा खोकला ही एक प्रतिक्षिप्त क्रिया असते. खोकल्याची उबळ येत असली, तर ती आपल्या इच्छेनुसार दाबणे सोपे नसते. खोकल्याची अनैच्छिक प्रतिक्षिप्त क्रिया (involuntary reflex action) आपल्या मज्जासंस्थेच्या कार्यामुळे घडत असते. या क्रियेची सुरुवात काही स्वीकारांच्या (receptars) चेतावणीने (stimulation) होते. या प्रतिक्षिप्त क्रियेचे केंद्र मेंदूच्या विशिष्ट भागात असते. तेथून काही मज्जातंतूंच्या शिरांमार्फत स्वरयंत्रणेला, छाती आणि पोट यांमधील पडद्याला, फासळ्यांमधील आणि उदराच्या पोकळीच्या बाहेरच्या स्नायूंना कार्यान्वित केले जाते. प्रथम दीर्घ श्वास घेतला जातो, नंतर स्वरयंत्रणेतील पट्ट्या एकमेकांवर आणल्या जातात. मग पडदा सैल होतो. शेवटी फासळ्या व पोटाचे स्नायू जोरात आकुंचन पावतात. परिणामी १०० ते ३०० मिलिमीटर्स मर्क्युरी एवढा दाब छातीत निर्माण होतो. आता स्वरयंत्रणेच्या पट्ट्या ढिल्या होतात व खोकल्याचा आवाज येतो. श्वासनलिकांच्या अस्तराला दाह करणारा पदार्थ बाहेर पडेपर्यंत हा खोकला येत राहतो.

कोरडा खोकला

दीर्घ खोकल्याचे नेहमी आढळणारे कारण म्हणजे दमा (Bronchial Asthama) हे होय. विशेषत: रात्री येणारा कोरडा खोकला हे हमखास दम्याचे लक्षण असते. फुप्फुसात निर्माण झालेले व्रण (fibrosis) हे दम्याचे कारण असते. छाती तपासून हे कारण सापडणे कठीण असते. अनेकदा छातीचा साधा एक्स–रेदेखील फारसे वेगळे काही दाखवत नाही. अशा वेळी हाय रिझोल्यूशन सीटी स्कॅन (high resolution CT scan : HRCT) या तपासणीचा फार उपयोग होतो. रक्तदाब आटोक्यात आणण्याकरिता विविध प्रकारची औषधे वापरली जातात. त्यातही काही 'अँजिओटेन्सिन – कन्व्हर्टिंग एन्झाईम इनहीबीटर्स' (ACE inhebitors) या प्रकारची असतात. या औषधांमुळे कोरडा खोकला येणे, हा औषधांचा दुष्परिणाम असतो. लहान मुलांना 'डांग्या' खोकला होऊ शकतो. खोकल्याची एक–दोन मिनिटे चालू राहणारी उबळ येते. नंतर मुलाला उलटी होते. खोकला संपतासंपता विशिष्ट प्रकारचा श्वास आत ओढून घेतानाचा आवाज (inspiratory whoop) ऐकू येतो. मूल काळेनिळे पडू शकते. छाती तपासून फारसे दोष आढळत नाहीत. काही मुलांच्या जिभेच्या खालच्या भागात जखम झालेली दिसू शकते. प्रौढ व्यक्तीमध्ये कोरडा खोकला येण्याची कारणे फुप्फुसे किंवा श्वासनलिकेच्या बाहेर शोधावीत. नाकाच्या बाजूच्या 'सायनस'च्या पोकळ्यांचा आजार, घशाचे आजार, स्वरयंत्रणेचे आजार किंवा ॲलर्जीमुळे होणारे त्रास ही कारणे महत्त्वाची असतात. घशाला दाह होण्याचे एक महत्त्वाचे कारण म्हणजे जठरातून अन्ननलिकेत उलटा येणारा स्राव हे होय. या आजाराचे निदान करण्याकरिता बेरिअम देऊन अन्ननलिकेचे फोटो काढावे लागतात. श्वासनलिकेच्या आजारातदेखील सुरुवातीला खोकला कोरडा असतो. कोरडा खोकला सहा आठवड्यांपेक्षा जास्त काळ टिकला, तर सखोल तपासण्या करणे गरजेचे असते. धुळीची ॲलर्जी हे सरदीचे, कोरड्या खोकल्याचे व दम्याचे एक प्रमुख कारण असते.

खोकल्याबरोबर कफ पडणे

चांगली प्रकृती असणाऱ्या व्यक्तीच्या श्वासनलिकांच्या अस्तरांतून २४ तासांत १०० मिलिमीटर एवढा स्राव स्रवला जातो. तो सिलिया या अवयवामार्फत घशाकडे ढकलला जातो व गिळला जातो. यापेक्षा जास्त स्राव स्रवला गेला किंवा श्वासनलिकांमध्ये विकारांमुळे पू, रक्त किंवा इतर घटक मिसळले गेले, तर त्यांचा कफ तयार होऊन तो खोकल्यावाटे बाहेर टाकला जातो. या कफाचे वर्णन रुग्ण करू शकतो. श्वासनलिकांच्या अस्तरातून येणारा स्राव हा पातळ, थोडा चिकट, धूसर रंगाचा असतो. त्यात पू मिसळल्याने त्याचा रंग पिवळसर किंवा स्पष्ट पिवळ्या रंगाचा होतो. हा पिवळा रंग कफातील मृत पांढऱ्या रक्तगोलकांमुळे होतो. जीवाणूंमुळे झालेल्या दाहामुळे तेथे पॉलिमार्फोन्यूक्लिअर पेशी येतात, तर ॲलर्जीमुळे तेथे इओझिनोफिल पेशी जमतात. या दोन्ही प्रकारच्या पेशी मृत झाल्याने त्यांचा रंग पिवळा होतो. फुप्फुसांतील सर्वात आतील भागात (ॲल्व्हिओलाय- alveoli) पाणी साचले तर कफ पातळ, फेसाळ आणि रक्त मिसळल्यास गुलाबी रंगाचा होतो. फुप्फुसांत एखाद्या ठिकाणी जीवाणूंचा मोठ्या प्रमाणात दाह होऊन पू जमा झाल्यावर कफ पिवळ्या रंगाचा होतो व मोठ्या प्रमाणात पडू लागतो. फुप्फुसांत गळू होणे, लंग ॲब्सेस (lung abses) किंवा श्वासनलिकेत मोठे खिसे तयार होऊन ते पूने भरणे याला ब्राँकिएक्टेसिस (bronchiectasis) म्हणतात. या आजारात शरीराच्या विशिष्ट स्थितीत, उजव्या किंवा डाव्या कुशीवर पडून राहण्याने कफ पडण्याचे प्रमाण वाढलेले आढळते. कफाला येणारी दुर्गंधी कफाला कारणीभूत असणाऱ्या विषांणूमुळे येते. कफ बराच काळ साचून राहिल्यास त्यातील मृत पांढऱ्या रक्तगोलकांचा रंग पिवळ्याचा हिरवा होतो. जेव्हा कफात रक्ताचे प्रमाण खूप जास्त असते, तेव्हा कफ काळा असतो किंवा नुसतेच रक्त पडते याला हिमॉप्टेसिस (haemoptesis) म्हणतात.

कफामध्ये आढळणाऱ्या वस्तू

काही रुग्णांमध्ये श्वासनलिकांच्या अस्तरांचे पापुद्रे कफात येतात. हे पापुद्रे आकाराने लहानमोठे असू शकतात. अस्थमा असणाऱ्या रोग्यांमध्ये कधीकधी एक किंवा जास्त सेंटिमीटर्स लांबीचा पोकळ नळीसारखा अस्तराचा धागा सुटून येतो. काही विषाणूंच्या स्रावात कफातील 'फायब्रिन'चे विघटन करण्याची क्षमता नसते, त्या वेळी असे कास्ट्स (casts) बाहेर पडतात. फुप्फुसात बुरशीसारख्या किटाणूंचा दाह झाल्यास अनेकदा असे कास्ट्स पडतात. 'ॲस्पारजिलस मायसेलियम' (aspargillius mycelium) नावाच्या बुरशीमुळे असा दाह होतो. रुग्णाला दम्यासारखा त्रास होतो. श्वासनलिकेचा कर्करोग झालेले काही रुग्ण खोकताना (brochogenic carcinoms) गाठीचे तुकडे कफातून पडतात. पूर्वी होऊन गेलेल्या क्षयरोगाचा मागे राहिलेला भाग कॅल्शिअमयुक्त खड्यासारखा होतो. हे रुग्ण खोकताना दगडासारखे घट्ट किंवा रेतीसारखे खडे बाहेर पडतात. यकृतात गळू होण्याचे एक महत्त्वाचे कारण म्हणजे मोठ्या आतड्यातून आलेला एन्टामीबा हिस्टॉलिटिका (eutaunaebs histolilics) हा एकपेशीय परोपजीवी जीवाणू होय. असे गळू वाढले की ते फुप्फुसात जाते व तेथून या गळवांचा स्राव कफात येतो. या स्रावाचा रंग चॉकलेटी काळसर असतो. आपल्या श्वासाबरोबर आत जाणाऱ्या अणूरेणूत अनेकदा कोळशाच्या भुकटीचा समावेश असतो. ही भुकटी कफाला काळसर रंग देते. कफात काळ्या रंगाचे ठिपके दिसतात. कोळशाच्या खाणीत काम करणाऱ्या कामगारांचा कफ काळ्या रंगाचा पातळ असतो, याला मेलानोप्टायसिस (melanoptysis) म्हणतात. गोड्या पाण्यातील मासळी खाण्याने यकृतात क्लोनॉर्चिस (clonorchis) जातीचा जंत होतो. तो जंत फुप्फुसात जातो व कफाबरोबर बाहेर पडतो. रत्नागिरीजवळ हा जंत आढळलेला आहे.

खोकल्याबरोबर पडणारे रक्त

कफातून रक्त पडणे – 'हिमॉप्टायसिस' (haemoptysis) या तक्रारीबरोबर एक चिंतेचे वलय असते. कफातून रक्त पडणे हे फुप्फुसाच्या एखाद्या गंभीर आजाराचे लक्षण असावे असे रुग्णांना वाटते. जोरात आलेल्या खोकल्याच्या उबळीनंतर एकदाच आलेले रक्त हे सहसा कोणत्याही गंभीर आजाराचे लक्षण नसते. उलटपक्षी एखाद्या वेळी खोकल्याबरोबर १ किंवा २ मिली लालभडक रक्त सहज बाहेर पडणे व नंतरही थोडा रक्तमिश्रित कफ बाहेर पडणे हे फुप्फुसाच्या विकाराचे लक्षण असू शकते. शारीरिक तपासणीच्या जोडीला छातीचा एक्स–रे व कफाची तपासणी आवश्यक असते. त्यातून आवश्यकता वाटली, तर दुर्बिणीद्वारे श्वासनलिकांची तपासणीही करून घ्यावी. २०% रुग्णांमध्ये रक्त जाण्याचे कारण पहिल्या तपासणीत कळून येत नाही, अशा रुग्णांना परत परत तपासावे लागते. भारतात फुप्फुसाचा क्षयरोग हे एक महत्त्वाचे कारण मानले जाते. प्रौढ आणि वयस्कर व्यक्तींमध्ये श्वासनलिकेचा कॅन्सर (ब्रॉंकोजेनिक कार्सिनोमा – bronchogenic carcinoma) हेदेखील महत्त्वाचे कारण असू शकते. फुप्फुसाच्या क्षयरोगाची सुरुवात अनेकदा कफातून रक्त जाण्यानेच होते. एखाद्या रुग्णात छातीच्या एक्स–रेमधूनदेखील आजार कळून येत नाही. अशा वेळी वेगवेगळ्या कोनांतून काढलेले फोटो व स्कॅन्स यांचा फायदा होतो. काही वेळा फुप्फुसातून खूप मोठ्या प्रमाणात रक्तस्राव होणेही शक्य असते. पूर्वी होऊन गेलेल्या क्षयरोगाचे व्रणदेखील असे रक्त पडण्यामागचे कारण असू शकते. कफातून रक्त जाण्याची अनेक कारणे असतात. क्षयरोग किंवा कॅन्सर नाही याची प्रथम खातरी करावी. इतर कारणे शोधणेही आवश्यक असते. पायाच्या नीलांत रक्त गोठणे व तेथून गोठलेल्या रक्ताचा भाग फुप्फुसात जाणे या आजाराचे (पल्मोनरी एम्बॉलिझम – pulmonary embolism) वेळीच निदान झाले, तर प्राणघातक संकट टळू शकते. कफात कोठून रक्त येत आहे व ते का येत आहे हे समजणे आवश्यक असते.

खोकल्यामुळे होणारे संभाव्य अपाय

खोकताना छातीच्या फासळ्यांच्या पिंजऱ्यातील दाबामध्ये बराच चढउतार होतो. या दाबामुळे शरीराच्या इतर भागांवरही दुष्परिणाम होऊ शकतात. खोकताना शरीरातून हृदयाकडे जाणारे रक्त वाहणे क्षणमात्र थांबते. या थांबण्याचा वेळ जराही लांबला, तरी हृदयाकडून बाहेर पडणाऱ्या रक्ताच्या प्रवाहाला अटकाव होतो. मेंदूला क्षणभरही रक्तपुरवठा झाला नाही, तरी भान हरपते. याला कफ सिंकपी (cough syncope) म्हणतात. विशेषत: खोकल्याची उबळ जास्त वेळ चालू राहिल्यास अशी सिंकपी होण्याची शक्यता बळावते. उलटपक्षी, मेंदूत क्षणभर रक्त साकळल्यानेही कवटीच्या आत दाब वाढतो. मेंदूत सूज किंवा गाठ झालेली असल्यास दाब वाढलेलाच असतो. अशा वेळी खोकल्यामुळे सणकून डोके दुखते. मेंदूत खोकल्याच्या प्रतिक्षिप्त क्रियेचे केंद्र आणि उलटी येण्याच्या क्रियेचे केंद्र शेजारीशेजारी असतात. जोरात आलेल्या खोकल्यानंतर उलटी होणे शक्य असते. असा प्रकार लहान मुलांत विशेष आढळतो. डांग्या खोकल्याच्या उबळीबरोबर उलटी येते. खोकून उदराच्या पोकळीतदेखील दाब वाढतो. उदराच्या समोरच्या स्नायूंत कमजोरी असल्यास तेथे हर्निया होतो. उदराच्या पोकळीत वाढलेल्या दाबाचा परिणाम मूत्राशयावर होतो व काही थेंब मूत्र खाली उतरते. याला स्ट्रेस इनकॉन्टिनन्स (stress incontinance) म्हणतात. प्रौढ स्त्रियांमध्ये असा विकार होण्याची जास्त शक्यता असते. एकदम आलेल्या जोराच्या खोकल्याने फासळीला चीर पडू शकते. याला कफ फ्रॅक्चर (cough fracture) म्हणतात. खोकताना मज्जासंस्थेच्या आवरणातील पाण्याचा दाब वाढतो. मणक्यातून हातापायांत जाणाऱ्या शिरांच्या अभ्रावर दाब वाढला, की वेदना जाणवतात याला ब्रेकियल न्यूरालजिया (brachial neuralgia) आणि लंबॅगो (lumbago) म्हणतात. खोकताना डोळ्यांभोवतीच्या अभ्रातील केशवाहिनी फुटून तेथे रक्तस्राव होतो, याला सब कंजक्टायव्हल हॅमरेज (subconjunctivel haemorage) म्हणतात. खोकला ही एक उपयुक्त प्रतिक्षिप्त क्रिया आहे; परंतु ती जोरात होण्याने विविध अपाय होणे शक्य असते. दीर्घकाळ खोकल्याने जिभेच्या खालच्या भागात दात घासण्याने चिरा पडतात व स्वरयंत्रणेला जखमा होतात.

बुद्धिपुरस्सर काढलेला खोकला

खोकण्याची क्रिया ही एक अनैच्छिक प्रतिक्षिप्त क्रिया आहे. कधीकधी आपण मुद्दाम खोकला काढतो. आपल्या घशात कफ अडकला असल्याची भावना आल्यास तो खोकून काढून टाकता येतो. तपासताना डॉक्टर आपल्याला खोकण्याची सूचना देऊ शकतात. विशेषत: उदराच्या पोकळीतून एखादा आतडेवजा अवयव कमजोर स्नायूंतून बाहेर डोकावून येत असल्याची (हर्नियाची) शंका आल्यास, तशी तपासणी करताना (विशेषत: शरीराच्या उभ्या स्थितीत) रुग्ण खोकल्याने हा तपास सुलभ होतो. बेंबीपाशी (अँबिलिकल हार्निया) अथवा जांघेजवळ (inguinal AWdm feunoral hernis) तपासताना या पद्धतीचा उपयोग केला जातो. छाती तपासताना फुप्फुसांच्या शेवटच्या भागाकडे जाणाऱ्या श्वासनलिकेत पाणी अगर स्राव साचलेला असल्याची शंका आल्यास रुग्णाला खोकण्यास सांगून छातीला स्टेथोस्कोपने तपासण्यात येते. या तपासणीत पाण्यातून हवा गेल्यावर निर्माण झालेल्या बुडबुड्यासारखे सूक्ष्म आवाज ऐकू येऊ शकतात. खोकताना स्वरयंत्रणेतून हवा बाहेर पडते, त्यामुळे खोकताना येण्याच्या आवाजातील बदलामुळे स्वरयंत्रणेतील काही दोष कळू शकतात. महारोहिणीत झालेल्या फुगवट्यामुळे स्वरयंत्रणेला जाणारी मज्ञातंतूची शीर दुखावली जाते. अशा वेळी खोकण्याचा आवाज बसका (husky) येतो. अशी शंका आल्यास खोकला मुद्दाम काढला, तरी कळू शकते. आपले अस्तित्व जाणवण्याकरिता व आपल्याकडे लक्ष वेधण्याकरिता घसा खाकरणे, वा खोकणे ही पद्धत सर्वज्ञात आहेच.

आवश्यक असूनही खोकला न येणे

खोकला येणे ही एक आवश्यक क्रिया आहे. कोणत्याही कारणाने आवश्यक असतानाही खोकला न येण्याने अपाय होऊ शकतो. मेंदूमुळे खोकल्याची प्रतिक्षिप्त क्रिया घडते. कोणत्याही कारणाने मेंदूचे कार्य संथावले, की बऱ्याच प्रतिक्षिप्त क्रिया घडणे थांबते. प्रामुख्याने बेशुद्धावस्थेत असे घडते. गाढ झोप किंवा शस्त्रक्रियेसाठी दिलेली भूल या बेशुद्धावस्थेसारख्याच क्रिया असतात. पूर्ण शुद्धीवर येण्यापूर्वीच एखाद्या रुग्णाला पाणी पाजल्यास ते घशावाटे अन्ननलिकेत न जाता श्वासनलिकेत जाणे शक्य असते. अशा वेळी खोकल्याची प्रतिक्षिप्त क्रिया तत्परतेने घडल्यास रुग्ण घुसमटत नाही. पाणी श्वासनलिकेतून फुप्फुसात गेल्यास रुग्णाची स्थिती पाण्यात बुडलेल्या माणसासारखी होऊन मृत्यू ओढवू शकतो. मद्यपानानेदेखील मेंदूच्या प्रतिक्षिप्त क्रिया संथावतात. जास्त मद्य घेतलेल्या व्यक्तीच्या श्वासनलिकेत मोठा घास अडकून ती व्यक्ती मृत्युमुखी पडू शकते. अशा प्रकारे घशात घास अडकल्यास त्या व्यक्तीच्या पाठीशी उभे राहून आपली उजवी मूठ रुग्णाच्या पोटावर दाबावी, डाव्या मुठीने उजवे मनगट घट्ट धरावे व रुग्णाच्या पोटाला छातीच्या बाजूने जोरात हिसका द्यावा म्हणजे घशात अडकलेला पदार्थ बाहेर पडेल. या क्रियेला 'हाईमलिश' क्रिया (Heimlich manoeuvre) म्हणतात. गाढ झोपेत घशातील स्राव फुप्फुसात, श्वासनलिकेत जाऊ शकतात, त्यामुळे तेथे न्यूमोनिया व कोलॅप्ससारखे फुप्फुसांचे विकार होतात. अनेक वेळा शस्त्रक्रियेनंतर रुग्णाला मुद्दाम खोकावयास लावतात. यामुळे शस्त्रक्रियेनंतर होणारी गुंतागुंतीची स्थिती टाळता येते.

अनावश्यक अपायकारक खोकला थांबवणे

श्वासनलिकेत गेलेला, शरीराला अपायकारक आणि अनावश्यक पदार्थ बाहेर टाकणे, हे खोकल्याचे कार्य असते. असा पदार्थ नसताना येणारा खोकला अनावश्यक असतो. असा खोकला स्वरयंत्रणेच्या अथवा घशाच्या अस्तराच्या दाहामुळे अगर तेथे असलेल्या जखमेमुळे किंवा सुजेमुळे होत राहतो. हा खोकला कोरडा असतो. खोकून–खोकून घशातील अस्तरावर सूज आणि जखम होते. खोकल्यामुळे जखम आणि जखमेमुळे खोकला, असे दुष्टचक्र थांबवणे आवश्यक असते. जेव्हा छातीच्या पिंजऱ्यातील फासळी मोडते, तेव्हा प्रत्येक वेळी येणाऱ्या खोकल्याने तो अस्थिभंग अधिकाधिक नादुरुस्त होतो. अशा वेळी सुरुवातीचे १० ते १५ दिवस खोकला येऊ न देणे आवश्यक असते. स्वरयंत्रणेच्या वरच्या भागातून खोकला येत असल्यास, खोकला जाण्याच्या गोळ्या चघळण्याचा उपयोग होतो. याला 'लॉझेंजिस' म्हणतात. त्याचप्रमाणे मध किंवा साखरेचा दाट पाक घेण्याने या अस्तरावर एक प्रकारचे आच्छादन निर्माण होते. याला डिमलसंट (demulcent) परिणाम म्हणतात. लहान मुलांना अशा गोळ्या चघळायला देताना काळजी घ्यावी, कारण गोळ्या एकदम गिळल्या जाण्याची शक्यता असते. जेव्हा खोकला येण्याचे कारण स्वरयंत्रणेच्या खाली असते, तेव्हा वाफारा घेणे उपयुक्त ठरते. चार कप उकळत्या पाण्यात एक ते दहा थेंब निलगिरीचे तेल टाकून, या पाण्याचा वाफारा घ्यावा. नुसत्या पाण्याचा वाफारादेखील उपयोगी पडतो.

संसर्ग आणि ताप

तापाबद्दल काही थोडे

निरामय स्थितीत आपल्या शरीराचे तापमान आपल्या तोंडात जिभेखाली मोजल्यास, ९८.२ डिग्री फॅरनहाइट (३६.८ डिग्री सेल्सिअस) इतके असावे. यात साधारण एक डिग्री सेल्सिअसपर्यंत फरक पडत राहतो. ३९.८ डिग्री सेल्सिअसपेक्षा जास्त तापमान असल्यास ताप आहे, असे मानले जाते. काही व्यक्तींचे निरामय स्थितीतसुद्धा एवढे तापमान असू शकते. आपले तापमान विशिष्ट पातळीतच राहावे; यासाठी आपल्या शरीरात, विशेषत्वाने मेंदूत एक यंत्रणा सदैव कार्यरत असते. शरीराचे तापमान वाढवण्याची गरज भासली (थंड हवामान, प्रतिकारशक्तीला चालना देण्याची गरज), तर शरीरातून बाहेर पडणारी उष्णता बाहेर पडू दिली जात नाही. त्वचेच्या बाहेरच्या थरातील रक्तवाहिन्या आकुंचतात. तेथे गरम रक्त गेले नाही तर त्वचा, हातापायांची बोटे गार पडू लागतात, त्वचेवरचे केस उभे राहतात, अंगावर काटा येतो, थंडी जाणवते. एवढ्याने काम भागले नाही, तर विविध स्नायूंचे आकुंचन-प्रसरण होऊ लागते; त्यामुळे हुडहुडी भरते. जबड्याच्या आकुंचन-प्रसरणाने दात वाजू लागतात. पाठ, मांड्या, पिंढऱ्या येथील सतत आकुंचनामुळे तेथील स्नायू दुखू लागतात. नाडीची गती जलद होते. अशा वेळी रक्तदाब वाढतो, श्वसनाची गती वाढते. ताप उतरण्याची वेळ आली की घाम सुटतो. रक्तवाहिन्या रुंदावतात. शरीर गरम झाल्याचे जाणवते. डोळ्यांच्या आवरणातील केशवाहिन्या रुंदावल्याने डोळे तळावतात. काही काळाने शरीर पूर्वस्थितीत येते. घाम येऊन शरीराचे पाणी कमी होते. लघवीला जळजळ होते. भूक जाते, मलावरोध होतो. ज्यांना आधी रक्तदाब, हृदयविकार इत्यादी आजार असतात, त्यांना जास्त ताप हानिकारकच ठरतो. साधारणपणे १०० डिग्री किंवा १०१ डिग्री फॅरनहाइटपर्यंतचा ताप उपयुक्त ठरतो; कारण दर एक डिग्री तापमान वाढल्याने प्रतिकारशक्तीत १०% वाढ होते.

चिकुनगुनिया ताप

चिकुनगुनिया या शब्दाचा अर्थ गाठोडी बांधणे. या विषाणुजन्य आजारात सांधे इतके दुखतात, की हालचाल करणे दुरापास्त होते. एडिस, क्युलेक्स आणि मॅन्सोनाय प्रकारच्या डासांमुळे हा आजार फोफावतो. डास चावल्यानंतर चार ते सात दिवसांनी एकाएकी थंडी वाजून ताप येऊ लागतो. डोके दुखते. अन्नद्वेष जाणवतो. कंबर व पाठ ठणकते. डोळे लाल होतात. मानेत व काखेत गाठी येतात. ६०–७०% रुग्णांच्या अंगावर गोवरासारखे चट्टे उठू लागतात. तपकिरी रंगाच्या जठररसाच्या उलट्या होतात. सांधे दुखू लागतात. हातापायाच्या पंजांचे सांधे, मनगटे, घोटे, कोपरे, खांदे आणि गुडघे धरतात. आजाराच्या तिसऱ्या–चौथ्या दिवसापासून धरलेले सांधे कित्येक महिने किंवा वर्षे दुखत राहू शकतात. रक्ताच्या तपासणीवरून चिकुनगुनियाचे निदान करता येते. हा आजार औषधे घेऊन बरा होत नाही. डासांची उत्पत्ती रोखणे हाच महत्त्वाचा प्रतिबंधात्मक उपाय आहे. सांधे शेकणे, विश्रांती, झेपेल तितकी हालचाल करणे आणि वेदना शमवणे एवढेच करणे आपल्या हातात राहते. ओ–न्योंग–न्योग नावाचा विषाणू १९६० मध्ये मध्य आफ्रिकेत अवतरला होता. २० लाख लोकांना ताप, संधिवात व त्वचेवर चट्टे असा विकार झाला. तो १९९७ मध्ये परत आला. ऑस्ट्रेलियामध्ये रॉस–रिव्हर विषाणूंमुळे विसाव्या शतकाच्या सुरुवातीला आणि नंतरही अधूनमधून हजारो व्यक्तींना त्रास झाला. १९७९ मध्ये या विषाणूने पूर्व पॅसिफिक बेटात हजारो रुग्णांना गाठले होते. या आजाराची सुरुवात सांधे धरण्यापासून होते. मग अंगावर चट्टे उठतात. ताप येऊ लागतो. अंगदुखी, डोकेदुखी, मळमळ अशा तक्रारी थोड्याच लोकांत आढळतात. हा आजार फार रेंगाळणारा असतो. काहींना तीन वर्षांपर्यंत त्रास होत राहतो.

डेंग्यू ताप

डेंग्यूच्या विषाणूंमुळे ताप येणे, ताप आणि रक्तस्राव होण्याची प्रवृत्ती दिसणे किंवा ताप, रक्तस्राव आणि रक्तदाब कमी होऊन धोकादायक पातळीवर येणे; यांपैकी काहीही होऊ शकते. एडिस प्रकारच्या डासांमुळे हा ताप फैलावतो. बहुतेक वेळा थोड्याच दिवसांत तो शमतो. डेंग्यूच्या साथी येऊ शकतात. २६ डिग्री सेल्सिअस तापमानापेक्षा कमी तापमानात, रक्तस्राव होणाऱ्या डेंग्यूचा फैलाव होत नाही. डास चावल्यावर पाच-सहा दिवसांनी थंडी भरून ताप येतो. असह्य डोकेदुखी, हातपायांचे स्नायू व सांध्यांना ठणका, डोळ्यांच्या मागे वेदना, उजेडाकडे पाहताना त्रास होणे, प्रचंड थकवा, अन्नद्वेष, मलावरोध, अन्नाची चव बदलणे, पोटात कळा येणे, जांघेत ओढ लागणे, घसा दुखणे आणि काहीही करावेसे न वाटणे ही प्रमुख लक्षणे आहेत. एक-दोन दिवसांत ताप उतरतो; पण परत येतो. या काळात त्वचेवर चट्टे उठू लागतात. दोन-चार दिवसांनी हे चट्टे लालसर-नारिंगी रंगाचे होतात. खाज सुटू लागते. कालांतराने त्वचेच्या पातळ पापुद्र्याचे खवले पडतात. रक्तस्राव होणाऱ्या रुग्णांत डेंग्यूचा विषाणू प्रथम शरीरात विषाणूविरुद्ध प्रतिकारशक्ती निर्माण करतो. दुसऱ्या वेळेस विषाणू आल्यावर, प्रतिकारशक्तीचा उद्रेक होतो. केशवाहिन्यांतून पेशीजल मोठ्या प्रमाणात स्रवते. त्वचेत, नाकातून आणि जठरातून रक्तस्राव होऊ लागतो. रक्तातील प्लेटलेट पेशींची संख्या कमी होते. नाडीची गती जलद होते. रक्तदाब उतरतो. हातपाय गार पडतात. रुग्ण अस्वस्थ होतो. डेंग्यूच्या रुग्णांनी ॲस्पिरीन वापरण्यात धोका असतो. पूर्ण विश्रांती आणि प्रवाही पदार्थांचे सेवन इष्ट असते. प्लेटलेट पेशी फार कमी झाल्यास त्या सलाईनप्रमाणे शिरेतून द्याव्या लागतात. डासांची वाढ रोखणे हाच यावर प्रतिबंधात्मक उपाय आहे.

इन्फ्लूएन्झा (फ्लू)

इन्फ्लूएन्झा हा विषाणुजन्य आजार आहे. 'इन्फ्लूएन्झा' ए, बी आणि सी या तीन प्रकारच्या विषाणूंमुळे श्वसनमार्गाचा दाह होतो; या आजाराला 'फ्लू' असे म्हणतात. आजार झालेल्या व्यक्तीकडून दुसऱ्या व्यक्तीला या विषाणूची चटकन लागण होते. रुग्ण खोकतो, शिंकतो किंवा बोलतो तेव्हा थुंकीच्या सूक्ष्म कणांमधून हा विषाणू बाहेर पडतो आणि दुसऱ्या व्यक्तीच्या श्वासाबरोबर नाक, घसा आणि श्वासनलिका येथे पोचतो. हा विषाणू त्याचे स्वरूप बदलत जातो, त्यामुळे दर वेळी विषाणूची बदललेली आवृत्ती पुन्हा आजाराला जबाबदार ठरते. रुग्णाला अकस्मात त्रास होऊ लागतो. डोके दुखते, ताप येतो, थंडी वाजते, स्नायू दुखतात, थकवा जाणवतो, घसा खराब झाल्याचे जाणवते, खोकला होतो. पहिल्या २५ तासांतच ताप झपाट्याने वाढून १०४ डिग्री फॅरनहाइटपर्यंत जातो. पुढच्या तीन-चार दिवसांत ताप हळूहळू उतरतो. हा ताप एक आठवडा टिकू शकतो. डोके कपाळाच्या भागात दुखते. मांड्या व कमरेचे स्नायू जास्त दुखतात. ताप कमी होत असताना खोकला वाढू लागतो. हा खोकला बरेच दिवस टिकू शकतो. खोकताना छातीच्या मध्यभागी अथवा फासळ्यांच्या पिंजऱ्यावर आणि पोटाच्या स्नायूत दुखते. ज्या व्यक्तींचे वय ६४-६५ च्या वर असते अशांना किंवा ज्यांना आधीपासून मूत्रपिंडाचे आजार, फुप्फुसांची कमजोरी असे आजार आहेत त्यांना फ्लू झाल्यास, तो गंभीर स्वरूप धारण करू शकतो. सामान्यपणे हा आजार निसर्गक्रमाने पाच ते सात दिवसांत बरा होतो. पॅरासिटामोलसारखे औषध दिल्यास, ताप काबूत राहतो. लहान मुलांना ॲस्पिरीन देणे टाळावे. खोकला त्रासदायक होऊ नये यादृष्टीने दिवसभरात सहा ते सात ग्लास गरम पाणी प्यावे. विषाणू त्याचे स्वरूप बदलत जातो, त्यामुळे कायम टिकणारी प्रतिकारशक्ती निर्माण होत नाही.

मलेरिया

प्लास्मोडियम जातीच्या एकपेशीय परोपजीवी जंतूंमुळे माणसाला मलेरिया होतो. ॲनॉफिलिस प्रकारच्या डासांच्या मादीमुळे तो माणसांत पसरतो. सुरुवातीला माणसाला 'आपल्याला बरे नाही,' असे वाटू लागते. डोके दुखते, थकवा येतो, पोटात कालवाकालव होते आणि अस्वास्थ्य जाणवू लागते. स्नायू दुखू लागतात. अशा वेळी हा एखादा विषाणुजन्य ताप असावा, असे वाटते. कधीकधी डोके खूप दुखते. छातीत चमका येतात. पोटात कळा येतात. सांधे दुखतात. स्नायू दुखरे होतात. जुलाब होतात. अशा वेळी मलेरियाची शंका येणे कठीणच असते. मलेरियाच्या रुग्णाचे डोके प्रचंड प्रमाणात दुखते; परंतु मान ताठरत नाही. रुग्णाला मळमळ होते, उलटी होते आणि रुग्ण उभा राहिला की रक्तदाब झपाट्याने उतरतो. हुडहुडी भरून खूप ताप येणे व तो विशिष्ट वेळेला येणे आणि दरदरून घाम सुटून ताप उतरणे, ही मलेरियाची खास लक्षणे समजली जातात. परंतु तसे आता प्रत्येक वेळी होताना आढळत नाही. सुरुवातीला ताप केव्हाही येतो. बहुतेक मुलांना १०४ डिग्रीपर्यंत ताप चढतो. नाडीची गती जलद होते. मन गोंधळते. फाल्सिपारम या प्रकारच्या मलेरियाच्या काही रुग्णांना फिट्स येतात. काही रुग्णांत प्लीहा वाढलेली दिसते. ही सहसा मलेरियाचा आजार मुरलेल्या व्यक्तीतच आढळते. अशा व्यक्तींत यकृतही वाढलेले दिसते. त्याबरोबर काविळीची छटाही येते. फाल्सिपारम मलेरिया घातक ठरू शकतो. असे रुग्ण अस्वस्थ असतात, त्यांचे श्वसन जलद होते, अंग थंड पडते, शरीरात कोठे ना कोठे रक्तस्राव होताना दिसतो, रुग्ण बेशुद्ध होतो, त्याला फिट्स येतात, लघवी होणे बंद होते, पक्षाघात होतो. रक्तामध्ये मलेरियाचे जंतू सापडू शकतात. पण मलेरियाचे निदान रुग्णाला तपासूनच केले पाहिजे. रक्ताच्या तपासणीची सोय चांगल्या प्रयोगशाळांतच उपलब्ध होऊ शकते. मलेरियाचे वेगवेगळे प्रकार असतात. त्यासाठी वेगळी औषधे वापरावी लागतात. तापाचे निदान लवकर करून तत्काळ उपचार करणे आवश्यक असते. निदानाला व उपचाराला वेळ लागल्यास असा आजार घातक ठरू शकतो.

कांजिण्या (चिकन पॉक्स)

कांजिण्या हा आजार व्हेरिसिला झॉस्टर (varicells zoster) या विषाणूंमुळे होतो. हा संसर्गजन्य आजार आहे. सुरुवातीला पाठ दुखणे, थंडी वाजणे ही लक्षणे जाणवतात. लहान मुलांना पहिल्या दिवसापासून आणि मोठ्यांना एखाद्–दुसऱ्या दिवसापासून ताप येऊ लागतो. तापाबरोबर अंगावर चट्टे उठू लागतात. प्रथम छाती व पोटावर चट्टे उठतात. मग चेहरा व हातापायांवर येतात. गालांच्या आत व घशातदेखील चट्टे उठतात. सहसा तळपाय व तळहातांवर चट्टे उठत नाहीत. चट्ट्यांचे रूपांतर थोड्याच अवधीत फोडांत होते व या फोडांत पाणी होते. या फोडांवर चटकन खपल्या धरतात. चट्टे उठल्यापासून चार ते सात दिवसांत खपल्या पडू लागतात. अशा चट्टे उमटण्याच्या, पाणी भरलेले फोड होण्याच्या व खपल्या धरलेले फोड होण्याच्या शरीरावर लाटा येतात. प्रत्येक लाटेबरोबर तापही येतो. बहुतेक मुले या आजारातून निसर्गक्रमानेच बरी होतात. मोठ्या माणसांत हा आजार गंभीर स्वरूप धारण करू शकतो. फोडांतून रक्तस्राव होणे, फुप्फुसात न्यूमोनिया होणे, मेंदूला सूज येणे, लहान मेंदूचे कार्य न झाल्याने चालताना तोल जाणे (cerebellar ataxia), यकृताचे कार्य न झाल्याने रक्तातील साखरेचे प्रमाण खूप कमी होणे ('रे'चा आजार reys syndrome) असे या आजाराचे स्वरूप होऊ शकते. गर्भवती मातेला कांजिण्या झाल्यास गर्भावर विपरीत परिणाम होतो. कांजिण्या येऊन गेल्यानंतर विषाणू सुप्त स्थितीत शरीरात राहू शकतो. मज्जारज्जूत संवेदना आणणाऱ्या मज्जातंतूंच्या वाटेवर मज्जापेशींचा पुंजका असतो (posteriar root ganglion). या पेशींत हा विषाणू वर्षानुवर्षे राहतो. कोणत्याही कारणाने माणसाची प्रतिकारशक्ती खालावली, तर त्या पुंजक्याकडे ज्या भागातून संवेदना येतात, त्या त्वचेवर कांजण्यांसारखे चट्टे उठतात, याला नागीण (herpes zoster) म्हणतात. बऱ्याच वेळा या ठिकाणी खूप वेदना होतात. या नागिणीच्या फोडांतून 'हर्पीस झॉस्टर' विषाणू बाहेर पडतो. ज्याला पूर्वी कांजिण्या झालेल्या नसतील अशा व्यक्तीला या विषाणूमुळे कांजिण्या होण्याचा धोका असतो; परंतु दुसऱ्या माणसाला नागीण होत नाही.

यकृतात गळू होणे
(Liver abscess)

ताप येणे हे यकृतात गळू झालेल्या रुग्णाचे प्रमुख लक्षण असते. पोटात उजव्या बाजूला छातीच्या फासळ्यांच्या पिंजऱ्याखाली दुखते. त्या भागावर हलकासा जरी दाब दिला, तरी वेदना जाणवतात. उजव्या बाजूच्या बरगड्यांवर हलके ठोकले तरीही रुग्णाला खूप वेदना होतात. थंडी वाजून ताप येतो. भूक लागेनाशी होते. वजन कमी होते. मळमळ व उलट्या होतात. ५०% रुग्णांचे यकृत आकाराने वाढलेले असते. त्याचप्रमाणे फक्त ५०% रुग्णांनाच कावीळ होते, त्यामुळे इतर रुग्णांमध्ये तापाचे कारण सहज ओळखता येत नाही. विशेषत: प्रौढ व वृद्ध मंडळींमध्ये तापाचे कारण शोधण्यासाठी बराच प्रयत्न करावा लागतो. ७०% रुग्णांत रक्तातील अल्कलाईन फॉस्फेटेस वाढलेले असते. ७७% रुग्णांत पांढरे रक्तगोठक (leycocytosis) वाढतात. छातीचा एक्स-रे काढल्यास उजव्या बाजूचा डायफ्रॅम वर गेल्याचे दिसते. काही रुग्णांत उजव्या बाजूला छातीत पाणी झाल्याचे दिसते. अल्ट्रासोनोग्राफी, सी.टी. स्कॅन व एम.आर.आय. स्कॅन या तपासण्यांत निदान करता येते. भारतात यकृतात गळू होण्याचे सर्वात महत्त्वाचे कारण म्हणजे एन्टामीबा हिस्टॉलिटिका या एकपेशीय परोपजीवी जंतूमुळे होणारा हा आजार होय. दूषित पाणी अथवा अन्न यांच्या सेवनातून हा जंतू पोटात जातो. मोठ्या आतड्याच्या अस्तरावर एक जखम करून त्यात वास्तव्य करतो. यामुळे रुग्णाला रक्ती-आव (अमीबिक डिसेंट्री) होते. येथून हा जंतू यकृतात जातो. तथापि, यकृतात गळू झालेल्या रुग्णांपैकी फक्त ३०% रुग्णांना जुलाब होतात. वयस्क व्यक्तींमध्ये तापदेखील लक्षात येत नाही. केवळ वजन कमी होत जाणे एवढेच लक्षण असू शकते. सुदैवाने या आजारावर चांगले उपचार उपलब्ध आहेत. वेळेवर निदान व योग्य उपचार यांनी ९९% रुग्ण बरे होतात.

क्षयरोग (टीबी)

'क्षय'रोग हा 'मायकोबॅक्टेरियम ट्युबरक्युलोसिस' या विषाणूंमुळे होणारा आजार आहे. सहसा या विषाणूंचा प्रादुर्भाव आपल्या फुप्फुसात होतो; परंतु ३०% रुग्णांच्या शरीराच्या इतर भागातही हे विषाणू विकार पैदा करतात. योग्य वेळी योग्य औषधांनी उपचार केल्यास हा विकार पूर्ण बरा होऊ शकतो. योग्य उपचार न झाल्यास ५०% रुग्ण पाच वर्षांत मृत्युमुखी पडू शकतात. फुप्फुसात होणारा आजार दोन प्रकारचा असतो. जेव्हा आयुष्यात पहिल्यांदाच क्षयरोगाचे जंतू शरीरात प्रवेश करतात, तेव्हा प्राथमिक आजार होतो. हा लहान मुलांना होणारा आजार बहुतेक वेळा बरा होतो. यामध्ये मुलांना ताप येतो, रात्री घाम सुटतो, खाणेपिणे कमी होते, थकवा येतो, अशक्तपणा जाणवतो, कालांतराने खोकला होतो व दम लागू लागतो. खोकल्याबरोबर मुलांना उलटी होते. छातीच्या एक्स-रेवरून आजाराचा अंदाज लागतो. प्राथमिक आजारानंतर पुन्हा नव्याने क्षयरोगाचे जंतू शरीरात गेल्याने किंवा आत असणाऱ्या जंतूंचे पुनरुत्थान झाल्याने मोठ्या प्रमाणात क्षयरोग होतो. यामध्ये ताप येतो, वजन कमी होते, खोकला होतो, अनेकदा कफातून रक्त जाते. खोकून खोकून छाती दुखू लागते. कफाच्या तपासणीत क्षयरोगाचे जंतू सापडल्याने निदान निश्चित करता येते. असे जंतू सापडणे हे महत्त्वाचे असले, तरी शरीराच्या इतर भागातून असे जंतू सापडणे कठीण असते. जंतूसंसर्ग झालेल्या अवयवांतून एक तुकडा काढून त्याची तपासणी करणे; म्हणजे 'बायोप्सी' गरजेची पडते. एकदा निदान झाल्यावर उपाय सुरू करता येतात. हे उपचार बरेच महिने करावे लागतात. औषधांचे नको असणारे परिणाम असू शकतात. औषधे मध्येच बंद केल्याने शरीरातील जंतू या औषधांचा पुन्हा वापर केल्यास दाद देत नाहीत. याला 'ड्रग रेझिस्टंट' असे म्हणतात. अशा ड्रग रेझिस्टंट जीवाणूंमुळे झालेल्या आजारावर उपाय करणे कठीण होते. टीबीच्या प्रत्येक रुग्णाने तज्ज्ञ डॉक्टरांच्या देखरेखीखाली आवश्यक तेवढा काळ औषधे घेणे, ही रुग्णाची आणि त्याच्या कुटुंबीयांची जबाबदारी आहे.

गालगुंड (Mumps)

गालगुंड हा संपूर्ण शरीराला होणारा विषाणुजन्य विकार आहे. गालगुंड संसर्गजन्य आहे. या आजाराला लस टोचून प्रतिबंध करता येतो. गालगुंड झालेल्या व्यक्तीच्या बोलण्यातून, खोकण्यातून व शिंकण्यातून बाहेर पडणाऱ्या लाळेच्या सूक्ष्म थेंबांमधून हा विषाणू शरीराबाहेर पडतो. श्वासनलिकांच्या अस्तरातून हा विषाणू शरीरभर पसरतो. तिथून मेंदू व मज्जासंस्थेत जातो व शरीरातील ग्रंथी सुजतात. विषाणू शरीरात प्रविष्ट झाल्यापासून एक–दोन आठवड्यांत त्या व्यक्तीला त्रास होऊ लागतो. ताप येतो, अंग दुखते, भूक लागेनाशी होते, थकवा जाणवतो. एखाद्या दिवसानंतर गालाच्या मागच्या बाजूच्या, कानाच्या पुढच्या बाजूच्या व जबड्याच्या खालच्या बाजूच्या लाळग्रंथी सुजतात. सहसा दोन्ही बाजूंना त्रास जाणवतो. कधीकधी एकच बाजू सुजते. जबड्याखालच्या ग्रंथी तुलनेने कमी प्रमाणात सुजतात. गालाच्या मागे व कानाच्या पाळीच्या पुढे व खाली सूज येते आणि तो भाग दुखरा बनतो. रुग्णाला बोलताना, खाताना, गिळताना त्रास होतो. काहींची कान दुखण्याची तक्रार असते. साधारण आठ ते दहा दिवसांत सूज कमी होते. गालाच्या आतल्या बाजूला लाली दिसते. जबड्याच्या खालच्या ग्रंथीत विषाणू जातो, तेव्हा छातीच्या समोर असणाऱ्या स्टर्नम हाडावर सूज येते. लाळ स्रवणाऱ्या ग्रंथींच्या खालोखाल वृषणाच्या ग्रंथीत विषाणू जातो (orchitis), त्यामुळे तेथे वेदना होतात. १५% पुरुष रुग्णांमध्ये दोन्ही बाजू सुजतात व त्यांना वंध्यत्व येण्याची शक्यता असते. स्त्रियांमध्ये ओटीपोटात दुखते; परंतु वंध्यत्व येत नाही. मेंदूच्या अभ्यावर या विषाणूंमुळे सूज येते (aseptic meningitis). पोटातील स्वादुपिंडावर सूज येण्याने पोटात दुखते. स्वादुपिंड मोठ्या प्रमाणात अकार्यक्षम झाल्यास मधुमेह होण्याची शक्यता असते. प्रत्येक लहान मुलाला गालगुंडाची प्रतिबंधात्मक लस मिळणे आवश्यक आहे.

गोवर (Rubeola)

गोवर हा झपाट्याने पसरू शकणारा विषाणुजन्य विकार आहे. अंगावर व तोंडावर चट्टे हे त्याचे वैशिष्ट्य आहे. आजाराच्या सुरुवातीला सरदी, खोकला, थकवा, डोळे लाल होणे, सतत डोळे पाणावणे, नाक वाहणे आणि खूप ताप येणे अशी लक्षणे दिसू लागतात. सुरुवातीला इन्फ्लूएन्झा झाला असावा असे वाटणे शक्य असते. अंगावर चट्टे उठण्यापूर्वीच तोंडावर पांढरे चट्टे उठू लागतात. ते एक ते दोन मिलिमीटर्स परिघाचे निळे–पांढरे डाग लाल पार्श्वभूमीवर उठून दिसतात. हे लक्षण फक्त गोवर याच आजारात दिसते. यांना कॉपलिक्स स्पॉट्स म्हणतात. अंगावर चट्टे उठू लागले, की हे कॉपलिक्स स्पॉट्स नाहीसे होतात; परंतु संपूर्ण तोंड, ओठ लाल होतात. कानामागे व कपाळावर केस सुरू होतात त्या भागावर लालसर पुरळाचे चट्टे उठू लागतात. तेथून ते शरीरभर पसरतात. तळहात व तळपायांवरदेखील हे पुरळ उठतात. चौथ्या दिवसापासून पुरळांचा रंग फिका होऊ लागतो. त्वचा काळसर–तपकिरी रंगांच्या डागांनी भरल्यासारखी दिसू लागते. चौथ्या–पाचव्या दिवशी ताप उतरतो. अनेकांना मानेत गाठी लागणे, जुलाब, उलट्या असे त्रासही होतात. सर्वसाधारणपणे दहा दिवसांत आजार शमतो. काही रुग्णांत गोवर हा आजार गंभीर रूप धारण करू शकतो. घसा बसतो, छातीत कफ दाटतो, श्वासनलिकांच्या अस्तरांवर सूज येते, कानांत सूज येते, न्यूमोनिया होऊ शकतो. काहींना मेंदूवर सूज येते, डोके दुखते, झापड येते, मूल बेशुद्ध होऊ शकते, फिट्स येऊ लागतात. असे त्रास आजाराच्या सुरुवातीला अथवा दोन–तीन आठवड्यांनंतरही होऊ शकतात. या प्रकारची गुंतागुंत गंभीर असते. या आजारात १०% मुले दगावू शकतात. क्वचितप्रसंगी मज्जारज्जूंवर परिणाम होऊन दोन्ही पाय लुळे पडतात. काहींना हळूहळू मतिमांद्य येते. या व इतर कारणांमुळे गोवर या आजाराला प्रतिबंध करणे आवश्यक आहे. याकरिता प्रभावी लस उपलब्ध आहे. प्रत्येक लहान मुलाला ही लस देणे अत्यावश्यक आहे.

जर्मन मिझल्स (Rubella)

जर्मन मिझल्स या आजाराचे महत्त्व गर्भवती स्त्रियांमध्ये अनन्यसाधारण आहे. रुग्णाला आजाराचा त्रास एखाद्या सौम्य गोवराप्रमाणे होतो, काहींचे सांधे दुखतात. गर्भवती मातेला हा आजार झाल्यास गर्भावर दुष्परिणाम होतात. गर्भ काही दिवसांचा किंवा एखाद्–दुसऱ्या आठवड्याचा (तीन महिन्यांपेक्षा कमी) असताना हा विषाणू त्या वाढत्या जिवाला अपाय करतो. जन्मत: मुलाला मोतीबिंदू झालेला असतो. दृष्टीत विविध प्रकारचे दोष निर्माण झालेले असतात. हृदयदोष (जसे हृदयाच्या आतल्या पडद्यावर छिद्र असणे), कर्णबधिरता (यामुळे मूल कर्णबधिर व मुके होते). मुले ऑटिस्टिक (स्वमग्न) होऊ शकतात. त्यांच्या वागण्यात दोष निर्माण होऊ लागतात. वृषण खाली उतरत नाही. उदराच्या पोकळीत किंवा जांघेतील नलिकेत अडकते. मेंदू क्षीण होतो. लहान वयातच मधुमेह होतो. काचबिंदूची लागण होते. अनेकांना जांघेत हर्निया असतो. मुले मतिमंद राहतात. डोक्याचा आकार लहान राहतो. डोळ्यांना नंबर येतो. ऱ्हस्व दृष्टी (मायोपिया) होते. जननेंद्रियांची वाढ आणि विकास लवकर होतो. नेत्रपटलाचे विकार असतात. मुलांना फिट्स येऊ लागतात. चालता येत नाही. अनेकांना थायरॉईड ग्रंथींचे विकार होतात. जन्मानंतर लगेच इतर काही दोष दिसतात; परंतु कालांतराने ते हळूहळू मावळत जातात. रुबेलाच्या विषाणूचे गर्भावर होणारे हे भयंकर दुष्परिणाम टाळण्याचा मार्ग म्हणजे प्रत्येक मुलीने आणि गर्भधारणा होण्यास सक्षम स्त्रीने रुबेला प्रतिबंधक लस घेणे हा होय. यादृष्टीने १२ ते १५ महिने वयाच्या सर्वच अर्भकांना गोवर, गालगुंड, रुबेला (Measles-Mumps-Rubella : MMR vaccine) प्रतिबंधक लस देणे आवश्यक आहे. गर्भधारणा झाल्यावर अशी प्रतिबंधक लस देण्याने अपाय होत नाही. तरीही ज्या लहान मुलींनी लस घेतलेली नसेल, त्यांनी गर्भधारणेपूर्वी तीन महिने आधी ही लस घ्यावी.

सर्वसामान्य आजार, रुधिराभिसरण, कॅन्सर, मधुमेह, संकीर्ण

अपुऱ्या आहाराचे परिणाम

सकस आणि संतुलित आहार घेणे हा निरामय प्रकृतीचा पाया आहे. अज्ञान, आवडीनिवडी, आजार, आर्थिक आणि सामाजिक समस्या, धार्मिक समजुती आदी अनेक बाबींमुळे सकस आहार घेतला जात नाही. सकस आहार मिळाला नाही, तर त्याचे प्रकृतीवर अनिष्ट परिणाम होऊ लागतात. शरीर तपासल्यावर हे परिणाम कळू लागतात. केसांवरची चमक जाते, ते कोरडे होतात, बारीक होतात. केस गळू लागतात, ते सहज उपटले जातात. चेहरा सुजतो, डोळ्यांभोवती काळी वर्तुळे येतात. नाकाच्या बाजूने चेहऱ्यावर खपल्या येतात. जबड्याच्या बाजूच्या ग्रंथी मोठ्या दिसू लागतात. डोळे निस्तेज होतात. पापण्यांची अस्तरे लालसर होतात. डोळ्यांवर त्रिकोणी, कबरी रंगाचे (gray spots) बिंदू येतात. डोळ्यांच्या बाजूच्या टोकांना चिरा पडतात. ओठ सुजतात, लाल होतात, ओठांच्या कोपऱ्यावर चिरा पडतात. जीभ लाल होते, कधी निळी–जांभळी दिसते, गुळगुळीत होते. जिभेच्या बाजूने जखमा दिसू लागतात. दात लवकर पडतात, किडतात, हिरड्या सुजतात. हलक्या आघातानेही त्यातून रक्त येते. मानेत थायरॉईड ग्रंथी वाढलेली दिसते. त्वचा कोरडी पडते. त्यावर खपल्या येतात. काळी पडते, त्यावर डाग पडतात. नखे सहज तुटतात, त्यांचा आकार चमच्यासारखा होतो. स्नायू झिजतात, अशक्त होतात. उभे राहिल्यावर शरीर फेंगडे दिसते. फासळ्यांवर गाठी आल्यासारखे दिसते. सांधे सुजतात. त्वचेवर ठिकठिकाणी रक्तस्राव होतो. नाडीची गती वाढून मिनिटाला १०० ठोके पडू लागतात. हे ठोके वेडेवाकडे पडू लागतात, पोट तपासताना यकृत आणि प्लीहा वाढलेली कळते. कामेच्छा मंदावते, पाळी येणे थांबते. मन गोंधळते, चिडचिड होते, हातापायांना मुंग्या येतात व प्रतिक्षिप्त क्रिया योग्य नसतात.

संतुलित आहार

सकस आणि संतुलित आहार हा आपल्या स्वास्थ्याचा पाया आहे. आजार झाल्यास लवकर बरे होण्याकरिता आणि निरामय स्थितीत असल्यास आजार होऊ नये यास्तव योग्य आहार आवश्यक आहे. ही गरज प्रत्येक व्यक्तीची वेगवेगळी असू शकते. वय, वजन, लिंग, ऋतुमान, दिनचर्या, अन्नघटकांची ॲलर्जी, शरीराचे आजार, सामाजिक रुची व धार्मिक संकल्पना अशा गोष्टींचा विचार करून आहार ठरवावा लागतो. तो ठरवताना पुढील नऊ गोष्टींचा विचार करावा :

(१) उष्मांक (२) प्रथिने (३) स्निग्ध पदार्थ (४) कर्बोदके (५) क्षार (६) जीवनसत्त्वे (७) पाणी (८) चोथा (९) तृप्ती. या नऊ गुणधर्मांत बसतील याप्रमाणे आपल्या आहारातील अन्नघटक निवडावे लागतात.

आपला आहार साधारणपणे पुढील घटकांनुसार असावा : (१) तृणधान्ये (२) डाळी, उसळी, कडधान्ये (३) भाज्या (४) दूधदुभते (५) कोशिंबिरी (६) मीठ, खारवलेले पदार्थ (७) साखर, गोडाचे पदार्थ (८) फळे, सुका मेवा (९) तेलबिया, तेल, तूप, लोणी, साय (१०) फळे. चहा, कॉफी, मद्यपान, तंबाखू यापैकी मद्यपान व धूम्रपान (तंबाखू) वर्ज्यच ठेवावे.

शाकाहारी व्यक्तीने रोज ३५० मिलि दूध घेणे इष्ट आहे. सामिष अन्न घेणाऱ्याने अंड्यातील पांढरा बलक आणि गोड्या पाण्यातील मासळी घेणे इष्ट. साखर हा पदार्थ प्रकृतिस्वास्थ्याला आवश्यक नाही, तो केवळ गोड चव आवडते यादृष्टीने घेतला जातो. ऋतुमानाप्रमाणे उपलब्ध होणारी फळे अवश्य घ्यावीत. गाजर, काकडी, टोमॅटो, मुळा, कांदा अवश्य खावे. थोडे खावे. भूक असेल तेव्हा व वेळेवर खावे. पोट भरून खाणे टाळावे. लहान वयात दर चार तासांनी थोडेथोडे खावे. मिठाचे सेवन फक्त चवीपुरते ठेवावे. तिखट व मसाले यांचा वापरही सढळ असू नये. आपल्या प्रकृतीला कोणते पदार्थ मानवत नाहीत, कशाची ॲलर्जी आहे, याकडे लक्ष ठेवावे; परंतु आपल्या आवडीनिवडीपेक्षा आपल्या गरजांकडे अधिक लक्ष द्यावे.

नाडीची गती संथ होणे

चांगल्या प्रकृतीच्या युवा आणि प्रौढ व्यक्तीच्या नाडीची गती मिनिटाला ७२ ठोके इतकी असावी. मिनिटाला ६० पेक्षा कमी ठोके पडू लागले तर ती गती संथ (bradycardia) आहे असे मानले जाते. गाढ झोपेतील वृद्ध व्यक्ती व नियमित व्यायाम करणाऱ्या व्यक्तीत ती कमी असते. नाडीची गती मेंदूतून हृदयाकडे चेतना नेणाऱ्या व्हेगस या मज्जातंतूच्या शिरेतून जाणाऱ्या चेतनांमुळे कमी होते. असा प्रकार खोकताना, उलटी येताना, शौचाच्या वेळेस कुंथताना घडतो. केवळ नाडीची गती संथ असल्याने फारसे नुकसान होत नाही. तथापि नाडीच्या संथ गतीबरोबर छातीत दुखणे, चक्कर येणे, क्षणमात्र बेशुद्ध होणे, धाप लागणे असे त्रास होत असले, तर परिस्थिती गंभीर असू शकते. काही वेळा आनुवंशिकतेने नाडीची गती संथ असू शकते. नाडीची गती संथ असणे हा आजार नसतो, ते एखाद्या आजाराचे लक्षण असते. अनेक प्रकारच्या औषधांचा परिणाम म्हणून नाडीची गती संथ होणे संभवते. बीटा ॲड्रिनर्जिक ब्लॉकर्स हा औषधांचा समूह रक्तदाब ताब्यात ठेवण्याकरिता आणि काही प्रकारच्या हृदयविकारांत वापरतात. त्याचप्रमाणे काही कॅल्शिअम चॅनेल ब्लॉकर्स या औषधांचा समूहदेखील रक्तदाब ताब्यात ठेवतात. हृदयाच्या स्नायूंचे आकुंचन परिणामकारक व्हावे या हेतूने डिजिटॅलिस हे औषध पूर्वीपासून वापरले जाते. अशा अनेक औषधांच्या वापराने नाडीची गती संथ होते. हृदयविकाराच्या झटक्यानंतर बऱ्याच वेळा नाडीची गती बदलते, काही काळ संथ होते; नंतर काही काळ जलद किंवा वेडीवाकडी होते. गर्भाच्या नाडीची गती मिनिटाला १२० पेक्षा कमी झाल्यास ते गंभीर लक्षण समजले जाते. लहान मुलांमध्येदेखील नाडीची गती संथ होणे हे दखलपात्र लक्षण समजले जाते.

वैद्यकीय तपासण्या

आपल्या प्रकृतीच्या गरजांप्रमाणे कोणत्या वैद्यकीय तपासण्या कराव्यात हे ठरवणे इष्ट असते. सरसकट सर्वच्या सर्व तपासण्या करण्यापासून फायदा होत नाही. आपल्या वयानुसार, आजार होण्याची संभाव्यता आणि आपली जीवनशैली यावरून कोणत्या तपासण्या किती काळाने कराव्यात हे ठरवावे लागते. आपली जीवनशैली, आपल्या सवयी आजाराच्या संभाव्यतेवर मोठाच परिणाम करतात. ही माहिती प्रामाणिकपणे आपल्या फॅमिली डॉक्टरांना सांगणे इष्ट असते. शारीरिक तपासणी व काही निवडक तपासण्यांवरून बरीच माहिती मिळू शकते. अर्थात, ही माहिती मार्गदर्शक तत्त्वांप्रमाणे वापरावी लागते. कधीकधी आजारांचा अगदी सुरुवातीच्या काळातच सुगावा लागू शकतो; परंतु भवितव्यात काय घडू शकेल याचे अचूक अंदाज लागत नाहीत, याचे भान ठेवावे लागते. आजार होण्याची शक्यता तपासण्यांत सापडली नाही तरीही आजार होऊ शकतात आणि उलटपक्षी आजार होण्याची शक्यता सापडूनही आजार होत नाहीत. या फॉल्स निगेटिव्ह अहवालांमुळे रुग्ण व उपचार करणारे गाफील राहतात. फॉल्स पॉझिटिव्ह अहवालांमुळे अकारण चिंता निर्माण होते व अधिकाधिक तपासण्या करण्याचे सत्र सुरू होते. यामुळे या तपासण्या करण्याचा निर्णय अनुभवी तज्ज्ञ वैद्यकीय व्यावसायिकांनीच घेणे इष्ट असते. काही तपासण्या मात्र स्वत:च स्वत:ला करता येतात. बऱ्याच साध्या तपासण्या बहुतेक सर्व वैद्यकीय केंद्रांत सहज उपलब्ध असतात.

स्वत: करावयाच्या तपासण्या

बहुतेक वैद्यकीय तज्ज्ञांचे मत असे आहे, की स्तनांची, वृषणांची आणि त्वचेची तपासणी प्रत्येकाने वेळोवेळी करावी. या तपासण्यांचा खरोखरीच किती फायदा होतो, हे सांगणे कठीण आहे. मात्र, हे करण्याची सकारात्मक बाजू म्हणजे या तपासण्या सोप्या आहेत, शिवाय आजाराच्या सुरुवातीच्या स्थितीतच आजार सापडण्याची शक्यता असते. याची दुसरी बाजू म्हणजे अशा तपासण्यांमुळे अनेकदा वृथा चिंता निर्माण होते. सगळ्याच गाठी कॅन्सरच्या नसतात; पण कोठेही गाठ सापडली तर ती कॅन्सरची नाही ना, हे निश्चितपणे कळावयास काही आठवडे जातात. या काळात रुग्ण अस्वस्थ होतो. या दोन्ही बाजूंचा सारासार विचार व्हावा. प्रत्येक स्त्रीने आपले उरोज तपासून पाहावेत. मासिक पाळी संपत आली की ही तपासणी करावी. अशा दिवसांत दुखरेपणा ओसरलेला असतो व आतील पेशींमध्ये गुठळ्या नसतात. अशा तपासण्यांमुळे उरोजांच्या कर्करोगाने मृत्यू पावलेल्या स्त्रियांच्या प्रमाणात घट झाली असल्याचे आढळलेले नाही. तथापि गाठ होत असली तर तिकडे लक्ष लवकर नक्कीच जाईल. वृषणांचा आकार व दुखरेपणा तपासून पाहता येतो. दर महिन्याच्या सोयीच्या ठरावीक तारखेला ही तपासणी करून बघावी. वृषणाच्या कॅन्सरची सुरुवात अनेकदा वृषणाच्या बाजूंनी होते; परंतु सर्वच बाजूंनी तपासणे इष्ट होय. शरीरावरील सर्व त्वचा आपली आपल्याला दिसू शकत नाही, यादृष्टीने मर्यादा येतात. त्वचेवर डाग येणे, त्वचेचा रंग फिका होणे, त्वचेवरील संवेदना कमी होणे, गाठ येणे, जखम होणे, विशिष्ट भागावरील केस जाणे किंवा तिळावर केस उगवणे, त्वचेतून स्राव किंवा रक्त येणे, असे प्रकार आढळल्यास वैद्यकीय सल्ला घ्यावा.

रक्तदाब
कोणाचा व केव्हा मोजावा?

आपण आपल्या वैद्यकीय सल्लागाराकडे जेव्हाजेव्हा उपचारासाठी जातो, तेव्हातेव्हा रक्तदाब पाहिला जातो. कोणताही त्रास नसणाऱ्या प्रौढ व्यक्तीने दर दोन वर्षांनी एकदा रक्तदाब तपासून घ्यावा. ज्यांना उच्च रक्तदाब हा विकार आहे, त्यांनी दर महिन्यातून एकदा रक्तदाब तपासून पाहावा. स्वयंतपासणीसाठी वापरण्यात असणारे यंत्र योग्य रक्तदाब दाखवत आहे ना, याची खातरी वर्षातून किमान दोन वेळा करून घ्यावी. बहुतेक वेळा वाढलेला रक्तदाब रुग्णाला समजत नाही. तो केवळ तपासूनच कळू शकतो. अनेक वेळा रक्तदाब सहज तपासताना तो सापडतो. स्थूल व्यक्तींनी, ज्यांच्या घराण्यात उच्च रक्तदाब किंवा मधुमेह असे विकार असणाऱ्यांनी आपला रक्तदाब २० वर्षे वयानंतर दरवर्षी मोजून पाहावा. अनेक अंतर्ग्रंथींच्या व रक्तवाहिन्यांच्या विकारांत रक्तदाब वाढू शकतो. काही व्यक्तींची ठेवण अशी असते की रक्तदाब कमी (१००/७०) असतो; परंतु अशा व्यक्तींना या कमी रक्तदाबाचा कोणताही त्रास होत नाही. ज्या व्यक्तीचा रक्तदाब सर्वसामान्य माणसाच्या रक्तदाबाएवढा असतो, अशा व्यक्तीचा रक्तदाब कमी होणे दखलपात्र असते. हृदयविकाराचा झटका, रक्तस्राव, शरीरातील पाणी जुलाब, उलट्यांमुळे कमी होणे किंवा तीव्र ॲलर्जी अशा कारणांनी रक्तदाब कमी होऊ शकतो. रक्तदाब कमी झाल्यास रुग्णाने पडून राहावे व शक्य झाल्यास कॉटचे पायाखालचे खुंट उंच करावेत. वाढलेला रक्तदाब धोकादायक ठरू शकतो. त्याचप्रमाणे अकस्मात कमी झालेल्या रक्तदाबाची ही तत्काळ दखल घ्यावी लागते. रक्तदाब तपासणे कठीण नसते; पण बारीकसारीक गोष्टींकडे नीट लक्ष देणे आवश्यक असते.

वैद्यकीय तपासणी पॅप स्मिअर

पॅप स्मिअर ही स्त्रियांच्या गर्भाशयाच्या विशषेत: गर्भाशयाच्या मुखावर होणाऱ्या कॅन्सरच्या बाबतीत करण्याची तपासणी असते. वयाच्या २० ते ६४ या वयोगटातील स्त्रियांनी दर पाच वर्षांनी अशी तपासणी करून घ्यावी, अशी सूचना वैद्यकीय सल्लागार करतात. काही प्रसंगी अशी तपासणी वारंवार करण्याचा सल्ला दिला जातो. गर्भाशयाच्या मुखावरून काही पेशी गोळा करतात व त्यांची सूक्ष्मदर्शकाच्या साह्याने तपासणी केली जाते. या तपासणीसाठी भूल द्यावी लागत नाही किंवा रुग्णालयात दाखल व्हावे लागत नाही. सामान्यत: दोन मासिक पाळ्यांच्या बरोबर मधल्या दिवशी अशी तपासणी करणे हितावह असते. पॅप स्मिअरचा निर्णय सकारात्मक येणे याचा अर्थ त्या व्यक्तीला गर्भाशयाचा कॅन्सर झालेला आहे असे नसते. या तपासणीतील अहवालात मोठा फरक असू शकतो. अगदी सौम्य बदलापासून ते कॅन्सर होऊ घातलेल्या पेशींपर्यंत विविध प्रकारच्या पेशी सापडू शकतात. पॅप स्मिअर ही एक प्रकारची प्राथमिक तपासणी असते. यात काही शंकास्पद वाटले, तर अधिक खातरी करून घ्यावी लागते. या तपासणीचा शोध लावणाऱ्या ग्रीक डॉक्टरांच्या नावांच्या संक्षिप्तीकरणावरून 'पॅप' हा शब्द आला आहे. संशोधकाचे पूर्ण नाव डॉ. जॉर्ज निकोलस पापानिकोलाव असे आहे. या सोप्या तपासणीमुळे गर्भाशयाच्या मुखाच्या कॅन्सरचे निदान आणि भविष्यात कॅन्सर होण्याची शक्यता याचे अंदाज आता सहज शक्य झाले आहेत.

स्त्रियांनी करून घेण्याच्या तपासण्या

ज्या स्त्रियांच्या जवळच्या नातेवाइकांपैकी कोणाला तरी स्त्रीबीज अंडकोशाचा कॅन्सर असेल अशा स्त्रियांनी रक्ताची C A- 125 नावाची तपासणी करून घ्यावी. कॅन्सरच्या पेशी हे प्रथिन गुंफतात. रजोनिवृत्तीनंतर ही तपासणी अधिक विश्वासार्ह असते. रक्तात C A- 125 या प्रथिनाची पातळी फक्त कॅन्सरनेच वाढते असे नाही; पण निदान ओव्हरीच्या कॅन्सरची शंका यावी.

गर्भाशयाच्या अस्तराची तपासणी : एण्डोमेट्रियल बायोप्सी या तपासणीसाठी सहसा भूल द्यावी लागत नाही. गर्भाशयात एक सूक्ष्म नलिका सरकवून अस्तराचा नमुना घेता येतो.

विविध अंतर्ग्रंथींच्या स्त्रावांच्या पातळ्या मोजणे : शरीरातील विविध स्त्रावांपैकी FSH (Folliclle Stimulating Hormones), L.H. (Luteniging Hormones) पिट्युटरी ग्रंथीतून स्त्रवले जाणारे इतर स्त्राव आणि थायरॉईड ग्रंथीतून स्त्रवले जाणारे स्त्राव हे सामान्यत: अनेक स्त्रियांचे मोजले जातात. मासिक पाळी येण्यात होणारे त्रास, गर्भधारणेत येणारे अडथळे व रजोनिवृत्तीची खातरी करून घेण्याकरिता या तपासण्यांचा फायदा होतो. याखेरीज मॅमोग्राफी, अल्ट्रासाउंड, हिस्टरोस्कोपी अशा विविध तपासण्या करता येतात. कोणती तपासणी करावी हे स्त्रीच्या प्रकृतिविषयक तक्रारींवरून स्त्रीरोगतज्ज्ञ ठरवू शकतात.

रक्तातील मेद घटकांची पातळी मोजणे

कोलेस्टेरॉल, ट्रायग्लिसराइड्स, एच.डी.एल. आणि एल.डी.एल. कोलेस्टेरॉल, ॲपोलायपोप्रोटीन्स ए आणि बी हे आपल्या रक्तातील मेदघटक असतात. या मेदघटकांचे महत्त्व रोहिणीकाठिण्य विकारासंबंधात जाणले गेले आहे. रोहिणीकाठिण्य हा विकार मध्यम व मोठ्या आकाराच्या रोहिण्यांना विशेषकरून होतो. या विकारात रक्तवाहिन्यांच्या अस्तरात कोलेस्टेरॉलची पुटे जमू लागतात. अस्तर जाड होते, खडबडीत होते. रक्तात असणारे कोलेस्टेरॉल रक्तवाहिन्यांत जाण्याचे प्रमुख कारण म्हणजे वाढलेला रक्तदाब हे असते. रक्तात असणारे कोलेस्टेरॉल बऱ्याच प्रमाणात व्यक्तीच्या स्वत:च्या यकृताच्या पेशीत बांधलेले असते. १२ ते १५% आहारातून येऊ शकतो. कोलेस्टेरॉल हे फक्त प्राणिजन्य आहारातूनच मिळणे शक्य आहे. मांसाहार करणाऱ्या व्यक्तीला अंड्यातील पिवळ्या बलकातून व मटणाबरोबर येणाऱ्या चरबीतून ते मिळत असते. वनस्पती तूप तयार करताना तुपासारखे गुणधर्म दिसावेत या दृष्टीने हायड्रोजनचा अणू तेलातील मेदाम्लात सोडला जातो. परिणामी, तयार झालेल्या संयुक्त मेदाम्लामुळे एल.डी.एल. कोलेस्टेरॉलचे रेणू अधिकाधिक तयार होतात. या सर्व मेदाम्लांची तपासणी निरामय व्यक्तीमध्ये किमान दर पाच वर्षांनी एकदा किंवा काही केसेसमध्ये लवकर करणे इष्ट असते.

रक्तशर्करा व मधुमेहासाठी तपासण्या

सर्व जगात आणि विशेषतः भारतात मधुमेही व्यक्तींच्या संख्येत झपाट्याने वाढ होत आहे. थोड्याच वर्षांत भारत हा मधुमेह या विकाराची 'राजधानी' म्हणून ओळखला जाईल, म्हणजे जगातील कोणत्याही इतर देशांपेक्षा भारतात मधुमेही रुग्णांच्या संख्येचे प्रमाण जास्त असेल. निरामय व्यक्तीने दर तीन वर्षांनी आपले रक्त उपाशीपोटी तपासून रक्तशर्करेचे प्रमाण पाहावे. उपाशीपोटी १३० मिलिग्रॅम प्रति शंभर मिलिलीटर्स किंवा जास्त असल्यास जेवणानंतर किंवा ७५ ग्रॅम्स ग्लुकोज घेतल्यावर दोन तासांनी रक्तशर्करा परत पाहावी. जेवणानंतर दोन तासांनी रक्तशर्करा १८० पेक्षा जास्त असल्यास मधुमेहाचे निदान होते. मधुमेह असणाऱ्या व्यक्तीला वारंवार रक्ततपासणी आवश्यक असते. त्याच्या जोडीला रक्तातील मेदघटक दर सहा महिन्यांनी पाहावेत. मूत्रपिंडांचे कार्य कसे चालले आहे, हेदेखील पाहावे. याकरिता रक्तातील क्रिॲटिनिनची पातळी मोजावी. ती शक्यतो १.५ मिलिग्रॅम्स प्रति शंभर मिलिलीटर्स किंवा कमी असावी. वर्षातून एकदा डोळ्यांच्या डॉक्टरांकडून डोळ्यांच्या आतील दबाव व नेत्रपटलावरील रक्तवाहिन्यांची स्थिती तपासून घ्यावी. दरवर्षी हृदयाचा कार्डिओग्राम व दर तीन वर्षांनी छातीचा एक्स-रे काढावा. मधुमेही रुग्णाच्या रक्तवाहिन्या व इतर अवयवांची कार्यक्षमता यावर इतर तपासण्यांची गरज व त्या किती वेळा करणे आवश्यक आहे, ते आपले डॉक्टर्स ठरवू शकतात.

इलेक्ट्रोकार्डिओग्राम आणि स्ट्रेस टेस्ट

वयाच्या चाळिशीनंतर या तपासण्यांचा विचार केला जातो. ज्या व्यक्तींना कोणताही त्रास नसतो आणि हृदयविकाराचा धोका दाखवणारा कोणताही घटक नसतो (उच्च रक्तदाब, मधुमेह, रक्तातील मेदघटकात धोकादर्शक बदल, तणाव निर्माण करणारी जीवनशैली, आनुवंशिकता) अशा व्यक्तींनी एकदा कार्डिओग्राम काढून त्यात काही दोष नसल्याची खातरी करावी. अशा व्यक्तींची स्ट्रेस टेस्ट करण्याने उपयुक्त माहिती मिळत नाही. उलटपक्षी कोणताही त्रास अथवा धोकानिदर्शक घटक नसणाऱ्या व्यक्तीचा स्ट्रेस टेस्टचा अहवाल दोष दाखवतो तेव्हा अशा रुग्णांपैकी ८५% रुग्णांना हृदयविकार नसल्याचे आढळून येते (फॉल्स पॉझिटिव्ह रिझल्ट). उलटपक्षी ज्यांना हृदयविकाराचा झटका येतो त्यांच्यापैकी अनेकांची स्ट्रेस टेस्ट निगेटिव्ह असल्याचे आढळून येते. काही त्रास (छातीत अंजायनाप्रमाणे दुखणे, धडधडणे, श्रमानंतर धाप लागणे, घाम सुटणे), दोष असले किंवा धोकानिदर्शक घटक असले तर स्ट्रेस टेस्ट करण्यात अर्थ आहे. व्यायाम सुरू करण्यापूर्वी स्ट्रेस टेस्ट केल्यास काही व्यक्तींमध्ये व्यायाम सहन होईल किंवा कसे याचा अंदाज करणे सोपे जाते. एखाद्या व्यक्तीच्या कार्डिओग्राममध्ये दोष आढळला तर त्या दोषात पडत जाणारा फरक जाणण्याकरिता कार्डिओग्राम उपयोगी पडतो. या तपासण्या करण्याचे निर्णय रुग्णाच्या वैद्यकीय सल्लागारांनीच घेणे इष्ट असते.

काही खास वैद्यकीय तपासण्या

एच.आय.व्ही. म्हणजे ह्यूमन इम्युनोडिफिक्टियन्सी व्हायरस या विषाणूमुळे एड्स (AID) अ‍ॅक्रायर्ड इम्युनोडिफिशियन्सी सिंड्रोम नावाचा घातक आजार होऊ शकतो. एच.आय.व्ही.चा संपर्क झाला असताना अशा व्यक्तीचे रक्त दुसऱ्या कोणालाही दिले गेले किंवा अशा व्यक्तीबरोबर कोणाचाही शरीरसंबंध आल्यास रक्त घेणाऱ्या अथवा शरीरसंबंध ठेवणाऱ्या व्यक्तीला एच.आय.व्ही.चा संसर्ग होतो. विवाहापूर्वी जर कोणाशी शरीरसंबंध अथवा रक्त घेण्याचा प्रसंग आलेला असला तर ही तपासणी करून घेणे नैतिकतेच्या दृष्टीने आवश्यक आहे. कोलॉनोस्कोपी या तपासणीत मोठ्या आतड्याच्या अस्तराची तपासणी केली जाते. प्रामुख्याने मोठ्या आतड्याचा कॅन्सर आहे किंवा कसे, हे पाहणे हा उद्देश असतो. ज्यांच्या घराण्यात मोठ्या आतड्याच्या गाठी (पॉलिप्स) असल्याचे अथवा मोठ्या आतड्याचा कॅन्सर असल्याचे माहीत आहे अशा व्यक्तींनी, तसेच अल्सरेटिव्ह कोलायटिस असा विकार ज्यांना जडलेला आहे अशा व्यक्तींनी ही तपासणी आपल्या डॉक्टरांच्या सल्ल्याने करून घ्यावी. शौचाच्या नमुन्यात 'ऑकल्ट ब्लड'ची (ऑकल्ट म्हणजे न दिसणारे परंतु असणारे) तपासणी करून घ्यावी. ज्यांच्या घराण्यात मोठ्या आतड्याचे आजार असतात अशा व्यक्तींनी वयाच्या चाळिशीनंतर दरवर्षी शौचाचा नमुना ऑकल्ट ब्लडसाठी तपासून घ्यावा.

रक्तक्षय (ॲनिमिया)

हा आजार अनेकांना होताना आढळतो, त्यात व्हिटॅमिन बी१२, फॉलिक ॲसिड व इतर ब संकुलातील जीवनसत्त्वे शोषली जात नाहीत. अशा प्रकारे मेगॅलो ब्लास्टिक ॲनिमिया होतो. चौथा प्रकार हिमोलायटिक ॲनिमियाचा असतो. लाल रक्तगोलक सहज मोडले-तोडले जाऊ लागतात, त्यामुळे रक्तक्षय होतो. असे हिमोलायटिक ॲनिमिया बऱ्याचदा आनुवंशिकतेतून होतात. भारतात काही आदिवासी कुळांमध्ये सिकलसेल ॲनिमिया आढळतो. तो अशा आनुवंशिकतेतून आलेल्या हिमोलायटिक ॲनिमियाचे उदाहरण होय. काही घराण्यांत आनुवंशिकतेने निर्माण झालेल्या जनुकीय दोषांमुळे लाल रक्तगोलक आकाराने लहान; परंतु सर्व बाजूने गोलाकार गोळ्यासारखे तयार होतात. चांगल्या प्रकृतीतील व्यक्तींचे लाल रक्तगोलक एखाद्या चपट्या (पोळी किंवा भाकरीप्रमाणे) आकाराचे असतात व ते सूक्ष्म केशवाहिन्यांतून सहज जाऊ शकतात. अशा प्रकारे रक्तक्षयाचे विविध प्रकार असतात. नेमका कोणता प्रकार आहे, यावर उपचार ठरतो.

औषधांची ॲलर्जी होणे

औषधांचे नको असणारे परिणाम (side effects) त्रासदायक ठरू शकतात. डॉक्टरांकडे जाणाऱ्या व हॉस्पिटलमध्ये दाखल होणाऱ्या रुग्णांत याचे प्रमाण मोठे असते. काही सर्वेक्षणांत अशा रुग्णांची संख्या एकूण रुग्णसंख्येच्या २०% सापडलेली आहे. त्वचेवर पुरळ उठणे, हा एक नेहमी सापडणारा त्रास असतो. तथापि, कधीकधी जिवाला धोका निर्माण होण्याइतपत गंभीर परिणाम या ॲलर्जीमुळे घडू शकतो. अशी ॲलर्जी केव्हा होईल, याचा अंदाज बांधणे कठीण असते. ॲलर्जीचे उपचार खूप खर्चीक असू शकतात आणि ॲलर्जीचे परिणाम गंभीर होऊ शकतात. काही परिणाम लगेच होतात, तर काही परिणाम औषधे सुरू केल्यानंतर दोन ते चार आठवड्यांनंतर होतात. अशा ॲलर्जिक रिॲक्शन्समुळे ताप येऊ लागतो. सांधे दुखू लागतात. कधीकधी लाल रक्तगोलकांवर परिणाम होऊन ते विरघळू लागतात व रक्तक्षय होतो. कधीकधी ॲलर्जी बऱ्याच उशिरा प्रकट होते. अंगावर उठणारा रॅश हा गोवरासारखा गुलाबी रंगाचा असतो व कंड सुटते. ॲपिसिलीन या प्रतिजैविकाच्या वापरात व सल्फा औषधांच्या सेवनात अशी ॲलर्जी अनेक वेळा आढळते. पेनिसिलीन या अत्यंत उपयुक्त औषधाच्या ॲलर्जीच्या भीतीने हे औषध वापरणे डॉक्टर टाळू लागले आहेत. पेनिसिलीनच्या प्रत्येक वापरापूर्वी त्वचेत एखादा थेंब सोडून ॲलर्जी नाही, याची खातरी केल्याखेरीज पेनिसिलीनचे इंजेक्शन देऊ नये. औषधांची गंभीर रिॲक्शन आढळल्यास तत्काळ ॲड्रिनलिन योग्य प्रमाणात देणे आवश्यक व जीव वाचवणारे असते. औषध घेणे आवश्यक असले तर डी-सेन्सेटायझेशनचा प्रोग्रॅम आवश्यक असतो. औषधाची मात्रा तज्ज्ञांच्या मार्गदर्शनानुसार घ्यावी. सल्फोनामाईड औषधांची ॲलर्जी त्वचेवर रॅश येण्याने प्रकट होते. कधीकधी स्टीव्हन्स-जॉनसन्स या नावाने ओळखलेली गंभीर रिॲक्शन शरीरभर, तोंडात, मलमूत्र विसर्जनाच्या मार्गात येते. लघवी जास्त व्हावी, म्हणून वापरण्यात येणाऱ्या डाययुरेटिक औषधांच्या वापरात आणि वेदनाशामक NSAID औषधांच्या वापरातदेखील ॲलर्जीचा धोका संभवतो. क्ष-किरणांनी तपासणी करताना काही Radiopaque dyes वापरतात. त्यांची ॲलर्जी दखलपात्र रुग्णांना होते. अशी तपासणी करण्यापूर्वी ॲलर्जी नाही, याची खातरी करून घेणे आवश्यक असते. कोणत्याही परकीय रेणूची ॲलर्जी होणे संभवते. यादृष्टीने कोणत्याही औषधाचा वापर आवश्यक असला तरच आणि काळजीपूर्वक केला जावा.

कान-नाक-घसा

वास न समजणे (Anosmia)

सरदी झालेली असताना, नाक चोंदलेले असताना दोन्ही नाकपुड्यांनी वास कळत नाही. प्रत्येकाला आलेला हा एक निरुपद्रवी, तात्कालिक त्रास असतो. तथापि कधीकधी, विशेषत: एकाच नाकपुडीत वास न कळणे ही तक्रार गंभीर दोषामुळे येऊ शकते. अशा गंभीर आजारात नाकातील वासाचे ज्ञान होणाऱ्या पेशींना झालेल्या अपायांमुळे वास येणे कायमचे बंद होऊ शकते. कोकेन या अमली पदार्थाचे सेवन तो पदार्थ तापवून हुंगून केले जाते. या प्रकाराने नाकातील पेशी तात्पुरत्या अकार्यक्षम होतात. त्याचप्रमाणे तीव्र ॲसिडच्या वाफा हुंगल्या गेल्या तरीही वास येणे तात्पुरते बंद होते. हिस्टेरिया, खिन्नता आणि स्किझोफ्रेनिया अशा मानसिक विकारांमुळेदेखील वास कळत नाही, अशी तक्रार रुग्ण करतात. मधुमेहामध्ये विविध मज्जातंतूंच्या नसा कमजोर होतात, त्या नसांमध्ये नाकातून मेंदूकडे वासाची संवेदना नेणारी ओल्सफॅक्टरी ही नसदेखील कमकुवत होऊ शकते. डोक्याला मार लागण्याने नाकातून रक्त वाहणे असा प्रकार झाल्यास, नाकाला इजा झाली असणे संभवते. नाकात ट्यूमर झाला तरी वास येणे बंद होते. जीवनसत्त्व 'ब१२' या अन्नघटकाचा अभाव झाल्यानेदेखील ही ओल्सफॅक्टरी नस अकार्यक्षम होते. नाकाच्या अनेक विकारांत असे होणे स्वाभाविकच आहे. सरदीतून मुक्तता व्हावी म्हणून नाकात थेंब वापरण्याची सवय जडते. अशा औषधांच्या दीर्घकाळ वापरानेदेखील वास येणे हळूहळू बंद होते. रक्तदाब कमी करण्यासाठीच्या औषधांपैकी रेसर्पिन हा रेणू वापरण्याने नाक चोंदते व वास समजेनासा होतो. स्त्रीत्वाला आवश्यक अशा इस्ट्रोजेन संप्रेरकांमुळेदेखील नाक चोंदते. गर्भधारणा होऊ नये यादृष्टीने घेण्यात येणाऱ्या संततिप्रतिबंधक गोळ्यांमध्ये इस्ट्रोजेन असू शकते. गर्भवती स्त्रीलादेखील अशी नाक चोंदण्याची व्याधी असते.

कानात आवाज येणे

कानात घंटानाद ऐकू येतो. अन्य प्रकारचे ध्वनीदेखील ऐकू येऊ शकतात. फुग्यातून हवा सुटताना येणारा आवाज, वाहत्या पाण्याचा आवाज, पाणी उकळावयास लागण्यापूर्वी येणारा आवाज, रिकामा शंख कानाशी धरल्यावर येणारा आवाज किंवा हुंकार दिल्यासारखा आवाज, असे विविध प्रकारचे ध्वनी ऐकू येतात. क्वचित गर्जना केल्याप्रमाणे किंवा संगीताच्या सुरासारखादेखील आवाज ऐकू येतो, असे व्यक्ती सांगते. असे आवाज एका किंवा दोन्ही बाजूंना ऐकू येणे शक्य असते. काहींना या आवाजाचा अनुभव सतत येत राहतो, तर कित्येकांना अधूनमधून येतो. बऱ्याच व्यक्तींना या आवाजाची सवय होऊ शकते, परंतु काहींना हा त्रास असह्य होतो. इतका, की आत्मघाताचे विचार डोकावू लागतात. बऱ्याच रुग्णांत हा आवाज फक्त रुग्णालाच ऐकू येत असतो; परंतु काहींच्या बाबतीत स्टेथोस्कोपने तो दुसऱ्या माणसालादेखील ऐकू येणे शक्य असते. असा कानात आवाज येतो तेव्हा कानातून मेंदूकडे संवेदना नेणाऱ्या यंत्रणेत काहीतरी बिघाड झालेला असण्याची शक्यता मोठी असते. या दोषामुळे आवाज निर्माण न होताच त्या मज्जापेशी मेंदूकडे तशा संवेदना धाडू लागतात. कानातील यंत्रणेचा दोष किंवा तेथील रक्तवाहिन्यांमध्ये निर्माण झालेले प्रकार आणि शारीरिक आजार यांचेही असे परिणाम असू शकतात. काही औषधांचेदेखील कानाच्या संवेदनाक्षम मज्जापेशींवर दुष्परिणाम होऊ शकतात. केवळ अतिरेकी चिंता हेदेखील कानात आवाज येण्याचे कारण होऊ शकते. रोहिणीकाठिण्याचा विकार किंवा वाढलेला रक्तदाब, खिन्नता, मेंदूचे आजार, मेंदूच्या रक्तवाहिन्यांचे जाळे होणे, मेंदूला मार लागणे किंवा पूर्वी मार लागलेला असला तर तेथे व्रण होणे, अशा कारणांनीदेखील कानात आवाज येऊ लागणे शक्य असते.

कानात आवाज येण्याची कारणे

अंगात रक्त कमी असले (रक्तक्षय) तर कानात तात्पुरता आवाज येऊ लागतो. व्यक्ती फिकी दिसते, थकवा येतो, अशक्त होते. तुलनेने माफक श्रमाने धाप लागू लागते. नाडीची गती जलद असते. पाणी वाहावे व थांबावे अशा प्रकारचा आवाज येत राहतो. असाच आवाज मानेतील कॅरोटिड रक्तवाहिन्यांच्या रोहिणीकाठिण्यात येऊ लागतो. मानेतील रक्तवाहिनीवर दाब दिल्याने हा आवाज थांबू शकतो. मानेवर व कानाच्या पाळीवर स्टेथोस्कोपने मोठा आवाज ऐकू येतो. मानेतील मणक्यात झीज झाल्याने सर्व्हायकल स्पाँडिलोसिस होतो. या आजारात मणक्यातून लहान अंकुर फुटल्याप्रमाणे काही भाग बाहेर येतात. त्याला ऑस्टिओफाईट्स म्हणतात. त्या ऑस्टिओफाईट्सचा मानेतून मेंदूकडे जाणाऱ्या व्हर्टिब्रल रोहिण्यांवर दाब येऊ लागतो, परिणामी आवाज निर्माण होतो. या आवाजाबरोबरच मान कडक होते व मानेच्या हालचालीबरोबर मान कमीजास्त दुखते. बऱ्याच व्यक्तींना चक्कर येणे, तोल जाणे असे त्रास जाणवतात व ऐकण्यासही कमी येऊ लागते. दंड, बाहू येथे मुंग्या येतात, वेदना होतात, कमजोरी भासते. वाढलेला रक्तदाब हेसुद्धा आवाज येण्याचे कारण होऊ शकते. अशा वेळी डायास्टोपिक प्रेशर बरेच वाढलेले असू शकते. घणाघाती डोकेदुखी, अस्वस्थपणा, मळमळ, उलटी, अस्पष्ट नजर, फिट येणे आणि भान हरपणे अशाही गोष्टी घडू शकतात. कवटीच्या आत रोहिणी व नीला यांचे जाळे बनते, त्याला आर्टेरिओ व्हीनस मालफॉर्मेशन म्हणतात. सहसा असा प्रकार जन्म झाल्यावर असतो; परंतु काही वयानंतर आतील रक्तप्रवाहात बदल होतात. कानात आवाज ऐकू येऊ लागतात. सहसा एका कुशीवर झोपल्यावर तो आवाज अधिक स्पष्ट जाणवतो. वार्धक्यामुळे कानांची श्रवणक्षमता कमी होते; परंतु आवाजही निर्माण होऊ लागतात. याला प्रेस-बाय-ॲक्युसिस म्हणतात.

कानातील दोष

कानातील गंभीर दोष म्हणजे कानातून मेंदूकडे जाणाऱ्या शिरेवर गाठ येणे हा होय. याला अ‍ॅकॉस्टिक न्यूरोमा म्हणतात. एका बाजूला आवाज येऊ लागतो व थोड्याच काळाने त्या बाजूने ऐकू येणे कमी होऊ लागते. चक्कर येते. म्हणजे गोल फिरण्याची भावना जाणवू लागते. चेहऱ्यावरचे स्नायू कमजोर होतात, त्यामुळे चेहरा वेडावाकडा दिसू लागतो. मळमळ होते. उलटी येते. हा एक गंभीर आजार असून, लवकरात लवकर शस्त्रक्रिया करणे आवश्यक असते. त्यामानाने धोका नसणारा आजार म्हणजे बाह्य कानात एखादी वस्तू अडकणे, कानात मळ साचणे, त्यामुळे कानात आवाज येऊ लागतो. त्याचप्रमाणे त्रासदायक; परंतु अपायकारक नसणारा आजार म्हणजे युस्टेशियन ट्यूब बंद होणे. ही नलिका नाकाच्या मागच्या भागातून कानाकडे जाते. ही नेहमी बंदच असते. आपण अन्न अगर आवंढा गिळतो तेव्हा ती उघडते. ही नलिका कायमच उघडी राहिली तर कानात आवाज येऊ लागतात. आपल्याच श्वास-उच्छ्वासाचे ध्वनी जाणवू लागतात. बाहेरून येणारे आवाज वास्तवापेक्षा मोठ्याने ऐकू येऊ लागतात. कान 'भरलेले' आहेत, अशी भावना येते. कानाच्या पाळीवर स्टेथोस्कोप लावल्यास हे श्वसनाचे आवाज ऐकू येऊ शकतात. यापेक्षा गंभीर; पण तुलनेने क्वचित आढळणारा आजार म्हणजे कानाच्या पडद्यावर आलेली गाठ. ही गाठ काही रक्तवाहिन्यांच्या जाळ्यातून निर्माण होते. कान तपासताना लालसर निळी गाठ दिसते. कालांतराने श्रवणक्षमता कमी होते. शेवटी एका बाजूने कान बधिर होतो, कानात वेदना येतात, चक्कर येऊ लागते. या गाठीला ग्लोमस न्युगलॅरे म्हणतात. कधीकधी कान भरणे हेही लक्षण असते. कानातील आजारात कानात आवाज येणाऱ्या व्यक्तीने प्रथम कानांची नीट तपासणी केली पाहिजे. कानाच्या पडद्याला छिद्र पडणे हे एक नेहमी आढळणारे कारण होय.

कानात आवाज : औषधांचा दुष्परिणाम

कानातील यंत्रणा अतिशय संवेदनाक्षम असते. अनेक कारणांनी या यंत्रणेला अपाय होऊ शकतो. कोणतेही औषध आपल्या शरीराला परकीय असा रेणू असतो. या रेणूच्या अतिरेकाने कोणालाही अपाय होणे संभवते. काही व्यक्तींमध्ये विशिष्ट अवयवात विशिष्ट रेणूंबद्दल संवेदनक्षमता वाढलेली असते. अशा व्यक्तींमध्ये सर्वसाधारण इतर कोणाला त्रास होणार नाही, इतक्या डोसनेसुद्धा अपाय संभवतो. कानातील श्रवणेंद्रियातील मज्जातंतूंना काही औषधांच्या रेणूंचा कमीजास्त प्रमाणात अपाय होतो. वेदनाशामक म्हणून सॅलिसिलेट प्रकारची औषधे १००हून जास्त वर्षे वापरली जात आहेत. या औषधांच्या समूहातील ॲस्पिरिन हे औषध सर्वांच्या परिचयाचे आहे. डोके दुखणे, अंग दुखणे, संधिवात, ताण अशा विकारांवर ॲस्पिरिन तत्काळ आराम देते. ही सॅलिसिलेट औषधे एका वेळी डॉक्टर्स आपल्या मिक्श्चरमध्ये देत असत. ॲस्पिरिनचा गेल्या काही दशकांत सर्वात जास्त वापर रक्तवाहिन्यात रक्त गोठू नये या हेतूने केला जातो. हृदयविकार, पक्षाघात किंवा जेथे रक्तवाहिन्यांतील रक्त गोठण्याचा धोका असेल अशा रुग्णांत ते दीर्घकाळ वापरले जाते. सॅलिसिलेटचा डोस रुग्णाला मानवण्यापेक्षा जास्त झाला तर कानात आवाज येऊ लागतो. या सर्व औषधांच्या वापरात कानात आवाज येण्याची शक्यता आहे. वेळेवर लक्षात आले व औषध थांबवल्यास आवाज जाऊ शकतो. कानावर सतत पडणाऱ्या आवाजामुळेदेखील श्रवणयंत्रणेला अपाय होणे संभवते. सतत चालू असणाऱ्या मशिनरीच्या ठिकाणी काम करणाऱ्या कामगारांना हा धोका असतो. गर्भवती मातेने बाळंतपणापूर्वीच्या तीन महिन्यांत घेतलेल्या काही औषधांचा परिणाम झाल्यानेही मुलाला त्रास होऊ शकतो.

कानात आवाज येणे (टिनिटस)

आतल्या आत निर्माण होणारा आवाज ऐकू येण्याला टिनिटस (Tinnitus) असे नाव आहे. हा आवाज सहसा इतरांना ऐकू येत नाही. काहींना हा आवाज सौम्य स्वरूपात, तर काहींना तो खूपच मोठ्याने ऐकू येतो. घंटा वाजते आहे, समुद्राच्या लाटांचा आवाज, टकटक केल्यासारखा आवाज असे विविध प्रकारचे आवाज कानात होताना रुग्णांना जाणवतात. कधीकधी ते आवाज सतत ऐकू येतात, तर काहींना अधूनमधून ते जाणवतात. काहींना या आवाजाकडे दुर्लक्ष करून आपल्या दैनंदिन व्यवहारांकडे लक्ष देता येते, तर काहींना आयुष्यातील इतर आवाजांकडे लक्ष देता येत नाही, त्यामुळे आयुष्यात रस वाटेनासा होतो. एका किंवा दोन्ही कानांत असे आवाज ऐकू येणे शक्य असते. अनेकांना रक्तवाहिन्यांच्या स्पंदनाप्रमाणे ठोके पडत असल्यासारखा आवाज येतो. सर्वसाधारणपणे असा कानात आवाज येणाऱ्या व्यक्तींपैकी २५% व्यक्तींना या आवाजाचा खूप त्रास होतो. खिन्नता हे अशा आवाजाचे कारण असू शकते. उलटपक्षी अशा सतत येणाऱ्या आवाजाची काळजी वाटून त्याचे खिन्नतेत रूपांतरही होऊ शकते. असे आवाज का निर्माण व्हावेत, याबद्दल पुरेशी स्पष्ट माहिती नाही. असा आवाज होणाऱ्या रुग्णांपैकी ४०% रुग्णांना बहिरेपणाचा त्रास जाणवत नाही. बहुतेक वेळा हा त्रास ज्या त्या व्यक्तीपुरताच असतो, म्हणजे इतरांना तो ऐकू येत नाही; परंतु काही रुग्णांच्या कानाजवळ, डोक्यावर किंवा मानेवर हा आवाज स्टेथोस्कोप वापरून ऐकू येतो. वाढत्या वयात असा त्रास अधिकाधिक व्यक्तींना होतो. कानात मळ साचण्यापासून कानाच्या विविध आजारांत असा आवाज ऐकू येणे संभवते. ज्यांना आवाज ऐकू येतो, त्यांनी प्रथम आपले कान नीट तपासून घेणे आवश्यक आहे. उच्च रक्तदाब, रक्तक्षय, रक्तातील मेदघटकांचे प्रमाण बदलणे, जीवनसत्त्व 'बी १२'चा अभाव होणे, अनेक औषधांचे दुष्परिणाम होणे, जबडा हलवताना कार्यान्वित होणाऱ्या सांध्यांचे आजार, श्वासनलिकांचे विकार अशा अनेक कारणांनी आवाज ऐकू येतात. अनेकदा सखोल तपास करूनही कारण सापडू शकत नाही, त्यामुळे अशा रुग्णांवर प्रभावी उपचार करणे कठीण होते. अनेकांना खिन्नता दूर करणाऱ्या (antidepressants) औषधांचा फायदा होतो.

त्वचा, केस

केस जाण्याची कारणे

ॲलोपोशिया एरियाटा (alopecia areata) : मस्तकावर एखाद्या ठिकाणी व्रणविरहित टक्कल पडते. या ठिकाणची त्वचा निरोगी असते. कधीकधी चेहऱ्याच्या ज्या भागावर दाढी असते तेथे काही ठिकाणचे, तसेच शरीरावरील केस गळून पडतात (alopecia universalis). टक्कल पडलेल्या भागाच्या परिघावरील केसांचा रंग फिकट असतो. २०% रुग्णांमध्ये नखांवर खड्डे (nail pits) दिसतात. ५०% लोकांमध्ये एका वर्षात टक्कल पडलेल्या भागावर केस परत येतात. या आजारात त्याच भागावर किंवा डोक्यावर अन्यत्र पुन:पुन्हा असेच टक्कल पडते. हा विकार का होतो, याचे नेमके कारण अद्याप सापडलेले नाही. शास्त्रज्ञांना वाटत आहे, की प्रतिकारशक्तीत निर्माण झालेल्या दोषामुळे स्वत:च्या पेशींविरुद्ध प्रतिपिंडे निर्माण होत असावीत. या प्रकारच्या आजाराला ऑटो-इम्यून विकार म्हणतात. निरामय स्थितीत, शरीरात परकीय अणूरेणू, विषाणू-जीवाणू यांना ही प्रतिकारशक्ती निष्प्रभ करते. त्यांची मोडतोड करणे, त्यांना नष्ट करणे या ऑटोइम्यून विचारात स्वत:च्या शरीरातील पेशींनाच परकीय समजले जाते व त्यांच्याविरुद्ध प्रतिपिंडे तयार केली जातात. केसांच्या मुळांतील पेशींविरुद्ध प्रतिपिंड तयार झाल्याने केस गळून पडतात. या प्रकारच्या टकलावर विविध प्रकारची औषधे वापरली जातात, काहींना फायदा होतो; परंतु सर्वांनाच फायदा होईल असा उपचार सापडलेला नाही.

टक्कल पडणे : केस गळणे

सामान्यत: पुरुषांच्या डोक्यावरचे केस गळतात. केस गळण्याची ही प्रक्रिया हळूहळू घडत जाते. केस गळण्याच्या प्रकारात दोन प्रमुख प्रकार मानले जातात. काहींमध्ये व्रण तयार होतो (scarring), तर इतरांत व्रण तयार होत नाही (non-scarring). व्रण झाल्यास तेथे पुन्हा केस येऊ शकत नाहीत. याचे कारण केस ज्या मुळातून (hair fallicle) उगवतो, ते मूळ व्रणामुळे नष्ट झालेले असते. परिणामी, तेथील त्वचा गुळगुळीत होते. सामान्यपणे प्रत्येक व्यक्ती रोज किमान ५० केस शरीराबाहेर टाकते. या केसांची जागा नवे केस घेतात. वाढते वय, आनुवंशिकता आणि अंतर्ग्रंथींच्या स्रावातील बदल यामुळे केसांची संख्या कमी होते. मस्तकातील केस जेथून उगवतात तेथे आपले कपाळ संपते. ही कपाळाची हद्द (hair line) हळूहळू मागे हटू लागते. साधारण ४०% पुरुषांमध्ये प्रौढवयात आणि स्त्रियांमध्ये रजोनिवृत्तीनंतर या प्रकारे केस विरळ होतात. पुरुषांत कपाळाची हद्द नाकाच्या वरच्या भागात तुलनेने पुढे व बाजूने मागे सरकते (M shaped hair line). स्त्रियांमध्ये कपाळावरच्या भागातील केस सर्वत्र विरळ होतात. बाळंतपणानंतर चांगल्या प्रकृतीतील महिलांचेसुद्धा केस गळतात. ही गळती तात्पुरती असते, ते सगळे केस परत येतात. मस्तकावर टक्कल पडलेले सहज दिसते. स्त्री आणि पुरुष दोघांच्याही पायांवरील (peronial) हातांवरील, बेंबीपाशी, वरच्या पोटावरील (epigashic) किंवा अन्य भागावरील केस गळू शकतात. चिंता, ताप येणे, काही औषधांचे दुष्परिणाम, क्ष-किरणांचा उपचार, त्वचारोग, अंतर्ग्रंथींचे आजार, आहारातील त्रुटी, मानसिक विकार, कॅन्सरसारख्या गाठी होणे, जीवाणुजन्य दाह, त्वचा भाजणे इत्यादी अनेकविध कारणांनी केस गळून पडू शकतात.

टक्कल पडणे : कारणे व औषधे

अनेक प्रकारच्या रासायनिक रेणूंचा त्वचेवर, नखांवर, केसांच्या मुळांवर विपरीत परिणाम होतो. औषधे हीदेखील आपल्या शरीराला परकीय अशा रासायनिक रेणूंची बनवलेली असतात. या औषधांपैकी कॅन्सरच्या उपचारांसाठी वापरण्यात येणाऱ्या, किमोथेरपी या नावाने ओळखल्या जाणाऱ्या औषधांचा, केस गळण्यावर होणारा परिणाम बहुतेकांना माहीत असतो. औषधांचा वापर केल्यानंतर काही आठवड्यांनी डोक्यावरच्या काही भागातील केसांचे पुंजके गळून पडू लागतात. हे सर्व केस परत येतात. नवीन आलेल्या केसांचा रंग, जाडी किंवा मुलायमपणा मूळ केसांपेक्षा वेगळा असू शकतो. औषधे थांबवल्यावर काही महिन्यांनी पहिल्यासारखे केस उगवू लागतात. इतर अनेक औषधांच्या सेवनानेदेखील केस गळू लागतात. रक्तदाब वाढल्यावर आणि काही प्रकारच्या हृदयविकारांत बीटा–ॲड्रिनर्जिक–ब्लॉकर्स नावाची औषधे नेहमी दिली जातात. मज्जासंस्थेच्या अनेक आजारांत, फिट्स येणाऱ्या रुग्णांना कार्बामेझापीन दिले जाते. मूत्रपिंडाच्या व मूत्राशयाच्या आजारात जीवाणूनाशक म्हणून 'जेंटामायसिन' हे प्रतिजैविक वापरले जाते. गर्भधारणा टाळावी म्हणून काही संप्रेरके (हार्मोन्स) वापरतात. जीवनसत्त्व 'अ' अनावश्यक अतिरेकाने घेण्यानेदेखील केस विरळ होतात, टक्कल पडू लागते. अशा प्रकारे नेहमीच्या वापरातील अनेक औषधांचे दुष्परिणाम भोगावे लागतात. कोणतेही औषध दीर्घकाळ घ्यावयाचे असल्यास त्या औषधाच्या सातत्याने वापरण्याने होणाऱ्या संभाव्य तोट्यांची माहिती करून घेणे आवश्यक असते. असा त्रास होऊ लागल्या–लागल्या लगेच औषधे घेणे थांबवले, तर तो दुष्परिणाम तात्कालिक ठरतो व केस परत येतात.

टक्कल पडणे : अंतर्ग्रंथींचे आजार

अंतर्ग्रंथींच्या अनेक आजारांत केस विरळ होतात, गळून पडतात. मेंदूच्या तळाशी पिट्युटरी (Pitutary) ग्रंथी असते. या ग्रंथीतून विविध प्रकारचे स्राव बाहेर जातात. 'गोनॅडोट्रोपिन्स' नावाचे स्राव स्त्रियांत जननक्षमतेला आवश्यक असतात. हे स्राव कमी पडले की पाळी येणे थांबते, काखेत व ओटीपोटाच्या खालच्या भागात येणारे केस गळून पडतात, उरोज कृश व सपाट (atrophic breast) होतात. पुरुषांत दाढीमिशा व अंगावरचे केस गळून पडतात, कामेच्छा मंदावते, इंद्रियाचा आकार लहान होतो. ग्रोथ हार्मोन हा पिट्युटरी ग्रंथीतून स्रवला जाणारा महत्त्वाचा स्राव असतो. त्याचा अभाव झाल्यास उंची खुंटते. इतर अनेक अंतर्ग्रंथींचे स्रावही कमी पडू लागतात. थायरॉईड ग्रंथीचे कार्य कमी पडले तर डोक्यावरचे, चेहऱ्यावरचे केस विरळ होऊ लागतात, केसांवरची चमक कमी होते, केस सहज तुटू लागतात. विशेष म्हणजे भुवईचे, कानांच्या बाजूचे केस अधिकाधिक गळू लागतात. टक्कल पडू लागते. थकवा जाणवतो. मलावरोध होतो. गारठा सहन होत नाही. वजन वाढू लागते. त्वचा कोरडी पडू लागते. चेहरा गोबरा दिसू लागतो. आवाज बसतो. नाडीची गती मंदावते. मासिक पाळीचे त्रास होतात. अंगावर जास्त जाऊ लागते. स्नायू दुखू लागतात. उलटपक्षी थायरॉईड ग्रंथीचे कार्य प्रमाणापेक्षा जास्त होऊ लागले तरीही टक्कल पडू लागते. केस पातळ होतात, त्वचा गुलाबी होते. अंगाला खाज सुटू लागते. हातांना कंप सुटतो. तळहातावर घाम येतो. पाळी येणे थांबते. छातीत धडधड होते. नाडीची गती जलद होते. वजन झपाट्याने कमी होते. विरोधाभासाने भूक वाढलेली असते. अन्नाचे पचन होत नाही. जुलाब होतात. अनेक रुग्णांचे डोळे मोठे दिसू लागतात

केसांत कोंडा होणे

डोक्यावरील केसांच्या मुळांत कोरडे खपले निर्माण होतात. तेथे कंड सुटते. आपली त्वचा दर २८ दिवसांनी नवी होते. या क्रियेत त्वचेच्या सर्वात बाहेरच्या थरातील पेशी सतत विसर्जित केल्या जात असतात. या पेशींचा एक गठ्ठा बनतो, तो खवल्यासारखा दिसतो. केसांच्या मुळांतून हे खवले निघून खांद्यावर, पाठीवर, कपाळावर पडतात. केसांच्या मुळांत कोंडा होण्याचे कारण 'सिबॉऱ्हिक (Seborrhoeic) डर्मटायटिस' हा विकार होय. आपल्या त्वचेत चार प्रकारच्या ग्रंथी असतात. त्यापैकी 'सिबेशियस' (Sebaceous) ग्रंथी 'सीबम' नावाचा एक तेलासारखा द्राव स्रवतात. या ग्रंथींच्या दाहामुळे डोक्यावरील त्वचेवर लालसर चट्टे उठू लागतात. असा बदल भुवयांत, पापण्यांत, कानात, नाक व तोंडाच्या बाजूच्या त्वचेच्या पट्ट्यातसुद्धा होऊ शकतो. कोंडा होण्याचे दुसरे एक कारण 'सोरायसिस' (Psoriasis) हे असू शकते. या आजारात त्वचेत नव्या पेशी झपाट्याने तयार होऊ लागतात, त्यामुळे त्वचा जाड होते व खवले तयार होऊ लागतात. आनुवंशिकता आणि प्रतिकारशक्तीमधील विकृती या कारणांमुळे सोरायसिस होतो असे मानले जाते. सोरायसिस हा विकार पुरुषांना अधिक प्रमाणात होतो. तो कोणत्याही वयात होऊ शकतो. अतिरेकी मद्यपान, मानसिक तणाव, रक्तदाब नियंत्रित ठेवण्यासाठी वापरण्यात येणारी बीटा ब्लॉकर्स औषधे, खिन्नता टाळण्यासाठी वापरण्यात येणारे लिथियम औषध, त्वचेवर झालेले आघात आणि एच.आय.व्ही. विषाणूंचा संपर्क यांनीदेखील सोरायसिस वाढतो. कोंड्यावरचा उपाय दीर्घकाळ करणे आवश्यक असते. काही औषधी शाम्पूंचा अनेक आठवडे (किंवा नेहमीच) वापर करणे जरुरीचे ठरते.

टक्कल आणि त्वचाविकार

केस हा त्वचेचाच एक भाग असल्यामुळे, त्वचेच्या अनेक विकारांत केसांच्या मुळांना अपाय होतो व केस गळून जातात. शरीराच्या एखाद्या भागात रक्ताचा पुरवठा व्यवस्थित झाला नाही, तर त्या भागावरील त्वचेत असणाऱ्या केसांच्या मुळांना अपाय होतो. असा प्रकार पायाच्या रक्तवाहिन्या अरुंद झाल्यामुळे अनेकांच्या बाबतीत होतो. त्या भागात वेदना होतात. पायातील रक्तवाहिन्यांचे स्पंदन तपासणाऱ्या व्यक्तीला लागेनासे होते. आजार वाढला तर पायाला जखमा होतात व चालताना पाय दुखू लागतो. त्वचेमध्ये 'टीसेल लिम्फोमा' नावाचा कॅन्सर होतो. अंगावर, विशेषत: आच्छादित भागांवर फोड येतात किंवा त्वचा जाड बनते. डोक्यावर काही जीवाणूंमुळे तेथील त्वचेतील थरांमध्ये दाह होतो, परिणामी त्वचेचे पदर मोकळे होतात; डिसेक्टिंग सेल्युलायटीस (dissecting cellulitis) या आजाराची सुरुवात डोक्यावर लहान फोड येण्याने होते. ते फोड फुटतात. तेथे व्रण तयार होतात. या कीलॉईड झालेल्या त्वचेतील केस गळून पडतात. डोक्यावरील त्वचेत बुरशीमुळे अनेकदा दाह होतो. डोक्यावर ठिकठिकाणी केस गळतात. खपल्या धरतात, टक्कल पडते, कंड सुटते. त्वचेचा एक गंभीर आजार म्हणजे त्वचेवरची कात मोठ्या प्रमाणात टाकली जाणे (exfoliative dermatitis). या आजारात त्वचा आणि तेथील केस गळून पडतात, खपल्या धरतात, वजन कमी होते. सुदैवाने हा आजार तात्कालिकच ठरतो. लायकन प्लेनम या आजारात जांभळ्या रंगाचे डाग त्वचेवर उठतात, खाज सुटते. पाय, पाठ, जननेंद्रिये येथे हा आजार प्रामुख्याने होतो. आजाराच्या जागी व्रण तयार होतो. इतरही अनेक त्वचारोगांत केस गळून पडतात. टक्कल पडताना तेथे त्वचारोग नाही ना, हे पाहणे अत्यंत महत्त्वाचे ठरते.

तारुण्यपीटिका (ॲक्निव्हल्गॉरिस)

त्वचेत असणाऱ्या सेबेशियस ग्रंथींच्या दाहामुळे तारुण्यपीटिका होतात. या ग्रंथीतून सीबम नावाचा एक तेलासारखा पदार्थ स्रवतो. आपल्या त्वचेला मुलायम ठेवण्याचे काम हा तेलासारखा पदार्थ करत असतो. चेहरा, बाह्यकर्णाची नलिका, पाठ, छाती आणि जांघ येथे या तारुण्यपीटिकांचा त्रास होतो. कधीकधी अशा पीटिका (छोटे फोड) पायांवरही येतात. सहसा हा त्रास पौगंडावस्थेत सुरू होतो व वयाच्या १७ ते २१ दरम्यान जास्त होतो. पौगंडावस्थेत पाचांपैकी चार मुलांना हा त्रास होतो. चाळिशीनंतरही अशा पीटिका येऊ शकतात. तरुण वयात मुलांमध्ये (पुरुषांत) ॲक्नी येण्याचे प्रमाण अधिक असते. चाळिशीनंतर स्त्रियांत हे प्रमाण अधिक असते. अशा व्यक्तींची त्वचा स्वभावत:च अधिक तेलकट असते. पुरुषत्वाला जबाबदार असणाऱ्या संप्रेरकांना (हार्मोन्स) अँड्रोजेन्स म्हणतात. या अँड्रोजेनच्या प्रभावाने सेबेशियस ग्रंथी अधिकाधिक कार्य करू लागतात. याच वेळी सेबेशियस ग्रंथींतून हा स्राव त्वचेवर सोडणाऱ्या नलिका चोंदतात. सीबम ग्रंथीत साचते. तेथे सीबम भरलेली एक थैली तयार होते. त्वचेवरील जीवाणूंची वाढ होते. त्यातले काही (प्रोपिओनोबॅक्टेरिअम ॲक्नी नावाचे) या थैलीत प्रवेश करतात. सीबममधील तेलासारख्या स्रावाचे विघटन केले जाते, त्यामुळे मेदाम्ले तयार होतात. या मेदाम्लांमुळे दाह होतो. अशा दाहामुळे (इन्फ्लमेशन) तेथे फोड तयार होतात. तारुण्यपीटिकांची सुरुवात पौगंडावस्थेत प्रवेश करणाऱ्या मुलांत कपाळावरील त्वचेत सीबमने भरलेल्या थैल्यांमुळे कपाळावरील त्वचा उंचसखल होण्याने व खडबडीत होण्याने होते. हळूहळू गालांवर, नाकावर किंवा हनुवटीवर फोड येण्यात रूपांतर होते. मुलींमध्ये पाळी येण्यापूर्वीच्या आठवड्यात हे त्रास प्रकर्षाने होतात. बहुतेक वेळा या फोडांचा कायम टिकणारा त्रास नसतो. काहींच्या बाबतीत मात्र चेहऱ्याच्या आकर्षकपणाला बाधा येऊ शकते. विशेषत: काही 'उपायांनी' हा विद्रूपपणा आणखी वाढण्याचा संभव असतो, याचे भान ठेवावे.

तारुण्यपीटिकेवर उपचार

तारुण्यपीटिकेवर उपचार म्हणजे तारुण्यपीटिका ज्या घटकांनी होते, त्या घटकांवर उपचार करणे होय. प्रामुख्याने सीबम तयार करणाऱ्या ग्रंथीचे कार्य मंदावणे, प्रोप्रिऑनो बॅक्टेरियम अक्नी या जीवाणूंची संख्या कमी करणे आणि सिबेशियस ग्रंथीचा दाह कमी करणे, हे मार्ग हाताळले जातात. याकरिता त्वचेवर आणि पोटात औषध घेऊन उपचार करावे लागतात. आजार सौम्य प्रमाणात आणि सुरुवातीच्या स्थितीत असला, तर केवळ त्वचेवरील उपायांनी त्यावर ताबा आणता येतो. अर्थातच पीटिकांच्या जवळच्या भागातील त्वचेची स्वच्छता आवश्यक असते; परंतु केवळ त्वचा स्वच्छ ठेवण्याने या पीटिका नष्ट होत नाहीत. उलटपक्षी जोरजोरात घासल्यामुळे सीबमने भरलेल्या थैल्या फुटून आजार वाढण्याची शक्यता निर्माण होते. प्रत्येकानेच गरम पाणी व साबण वापरून दिवसातून दोन ते तीन वेळा चेहरा स्वच्छ करावा; परंतु खरखरीत वस्त्राने जोरात घासू नये. उलटपक्षी लवकरात लवकर काही औषधींचा वापर उपयुक्त ठरेल. रेटिनॉईक ॲसिड, बोन्सिल पॅरॉस्लाइड अथवा सॅलिसिलिक ॲसिड यांचा वापर उपयुक्त ठरतो. यांच्या जोडीला सौम्य प्रतिजैविकांच्या मलमाचा वापरही फायदेशीर ठरतो. आजार वाढलेला असला, तर केवळ त्वचेवर केलेल्या उपचारांच्या जोडीला तोंडाने औषधे घ्यावी लागतात. या उपचारात टेट्रासायक्लिन प्रकारची प्रतिजैविके अथवा एरिथ्रोमायसिन यांचा वापर विशेष फायदेशीर आढळलेला आहे. काही स्त्रियांना गर्भप्रतिबंधक गोळ्यांच्या सेवनाने फायदा होतो. आजार प्रमाणापेक्षा जास्त झालेला असला, तर आयसोट्रिटिन ऑइल हे औषध गुणकारी मानले जाते. अशी औषधे तज्ज्ञ व अनुभवी डॉक्टरांच्या देखरेखीखालीच घ्यावीत, कारण या औषधांनी नको असणारे दुष्परिणाम होऊ शकतात, याचे भान ठेवावे लागते. अशा औषधांनी रुग्णाला खिन्नतेची बाधा होऊ शकते. कोणतेही उपचार त्या विषयातील तज्ज्ञांच्या देखरेखीखालीच करणे इष्ट ठरते.

त्वचेवर घाम न येणे

शरीराच्या सर्व भागावर अथवा एखाद्या ठिकाणीच फक्त घाम कमी येणे हा विकार असतो. आपल्या शरीराचे तापमान फार वाढू न देण्यात घाम येणे ही एक महत्त्वाची क्रिया असते. संपूर्ण शरीरावर घाम आला नाही तर तापमान स्थिर ठेवण्याच्या या कार्यात मोठीच अडचण निर्माण होते. शरीराच्या एखाद्याच भागात घाम न येण्याने या कार्यात फारसा व्यत्यय येत नाही. आपल्या मज्जासंस्थेच्या विकारामुळे, त्वचारोगामुळे, घाम निर्माण करणाऱ्या ग्रंथींतील विकारांमुळे आणि काही औषधांच्या वापराने अशी परिस्थिती येऊ शकते. एखाद्या ठिकाणी घाम येणे थांबले, तर इतर भागांतील घामाच्या ग्रंथी अधिक कार्यान्वित होतात. संपूर्ण शरीरात घाम येणे कमी होणे, ही प्रकृतीची एक गंभीर परिस्थिती असते. उष्माघात होतो, तेव्हा अशी स्थिती होते. शरीराचे तापमान वाढत जाते, रुग्णाचे डोके दुखते, स्नायूंत गोळे येतात. सूज, थकवा व मळमळ जाणवते. चक्कर येते, धडधड होते. छातीच्या मध्यभागी आवळल्यासारखे जाणवू लागते. रक्तदाब वाढतो, काही काळाने कमी होतो. त्वचा उष्ण होते. नाडीची गती जलद होते. श्वसन भरभर होऊ लागते. मन गोंधळते, रुग्णाला फिट येते व रुग्ण बेशुद्ध होतो, ही प्रकृतीची गंभीर स्थिती आहे. अशा वेळी रुग्णाला थंड पाण्यात (आवश्यकता वाटल्यास बर्फ घातलेल्या पाण्यात) बुडवून शरीराचे तापमान तत्काळ कमी करणे आवश्यक असते. उष्माघात होताना रुग्णाच्या शरीरातील पाणी कमी होते, ते भरून काढणे आवश्यक असते. बऱ्याच वेळा रक्तातील पोटॅशिअमचे प्रमाण वाढलेले असते, कॅल्शिअमचे प्रमाण कमी झालेले असते. या सर्वांकडे लक्ष देऊन उपचार आवश्यक असतात. उष्माघातानंतर बरेच दिवस विश्रांतीची गरज असते.

छातीचे आजार

छातीत जळजळ होणे

पायरोसिस म्हणजे जठरातील आम्लयुक्त गुळणी छाती व घशात येण्याने जळजळ होणे. छाती आणि पोट यांच्या मध्ये एक स्नायूंचा विभाजक पडदा असतो. या पडद्याच्या मानेकडच्या भागात छातीच्या पिंजऱ्यातील हृदय, फुफ्फुसे आदी अवयव असतात. दुसऱ्या बाजूला उदराच्या पोकळीतील आतडी, यकृत, प्लीहा, मूत्रपिंडे आदी अवयव असतात. आपण खाल्लेले अन्न तोंडातून घशातून अन्ननलिकेद्वारे पोटाकडे जाते. अन्ननलिका या विभाजक पडद्यातून उदराच्या पोकळीत जाऊन जठराला जोडली जाते. अन्ननलिकेला छातीतून उदराकडे जाण्याकरिता विभाजक पडद्यात (डायफ्रॅममध्ये) एक फटवजा छिद्र असते. या छिद्राचा आकार वाढला, तर उदराच्या पोकळीतून उदराचा काही भाग छातीच्या पोकळीत येऊ शकतो. या स्थितीला हायाटल हार्निया म्हणतात. अशा स्थितीत जेवणाखाण्यानंतर ढेकर येऊ लागतात व छातीत जळजळ जाणवू लागते. आंबट प्रवाही स्राव घशात येत असल्याचे जाणवू लागते. पोट फुगू लागते. छातीच्या मध्यभागी व पोटाच्या वरच्या भागात दुखू लागते. छाती व पोट यातील विभाजक पडदा ज्या स्नायूंचा बनलेला असतो, ते स्नायू गर्भाच्या मानेतील भागातून निर्माण होतात. या स्नायूंना मानेतील मज्जातंतूंकडून चेतना मिळते व या भागातील संवेदना मानेतील मज्जारज्जूच्या केंद्राकडे जातात. विभाजक पडद्यावर आलेल्या दबावामुळे मान व खांदा येथून संवेदना नेणाऱ्या मज्जातंतूच्या शिरांतून वेदना आल्याचे जाणवू लागते. छातीच्या मध्यभागी दाब जाणवणे व डाव्या खांद्यात दुखणे हीच लक्षणे हृदयविकाराचीही असू शकतात. हायाटल हार्निया व हृदयविकाराची वरपांगी लक्षणे सारखी असू शकतात. हायाटल हार्निया असणाऱ्या रुग्णाला अन्न गिळताना त्रास होतो, मळमळ होते, जठराचा भाग छातीच्या पोकळीत आल्याने धाप लागते, खोकला येतो आणि उच्छ्वासाबरोबर आंबलेल्या- अर्धवट पचलेल्या अन्नाचा वास येऊ लागतो.

छातीत जळजळणे, पेप्टिक अल्सर

छातीत जळजळ होणे ही पोटातील पेप्टिक अल्सरची सुरुवात असते. जठराच्या अस्तरातून महत्त्वाचा पाचकस्राव स्रवला जातो. या स्रावांत दोन महत्त्वाचे घटक असतात. पहिला म्हणजे हायड्रोक्लोरिक ॲसिड आणि दुसरा म्हणजे पेप्सिन. खाल्लेले अन्न निर्जंतुक करणे आणि अन्नातील लोह, कॅल्शिअम आदी अणू मोकळे करणे, याकरिता हायड्रोक्लोरिक ॲसिड आवश्यक असते. प्रथिनांच्या पचनासाठी, प्रथिनांचे गुंतागुंतीचे रेणू पचनसुलभ करणे याकरिता पेप्सिनची गरज असते. ॲसिड आणि पेप्सिन मिळून एक प्रभावी स्राव तयार होतो. प्रथिनांचे पचन करण्यासाठी हा स्राव उपयुक्त असतो; परंतु त्याचा अतिरेक झाला तर जठराच्या अस्तरातील पेशींवर या स्रावाचा विपरीत परिणाम होऊ लागतो. पेशी जखमी होतात. या जखमी पेशींमुळे जेथे जखम होते, त्या जखमेला पेप्टिक जखम (पेप्टिक अल्सर) म्हणतात. अशी जखम झालेल्या रुग्णाला, डाव्या बाजूला वरच्या भागात पोटात आग होऊ लागते. कधीकधी तीव्र वेदना जाणवतात. अशी वेदना अन्न घेतल्यावर दोन ते तीन तासांनी होणे हे पेप्टिक अल्सरचे विशेष लक्षण मानले जाते. या सुमाराला जठर रिकामे झालेले असते. विशेषत: मध्यरात्री हा प्रकार हमखास होतो. अशा वेळी काही अन्न घेतले किंवा दूध घेतले तर वेदना शमते. आम्लयुक्त पाचकरस उदराच्या पोकळीतून अन्ननलिकेत उलट्या दिशेने झिरपला तर छातीत जळजळ होते.

खोकला

खोकला ही एक ऐच्छिक आणि प्रतिक्षिप्त (रिफ्लेक्स, इच्छेचा भाग नसणारी) अशा दोन्ही प्रकारची क्रिया आहे. आपल्या श्वासनलिकांत अडकलेले स्राव काढून टाकून श्वासनलिका मोकळ्या व्हाव्यात हा खोकल्याचा हेतू होय. मेंदूकडे संवेदना नेणारी व्हेगस (vagus) शीर श्वासनलिकांकडून मेंदूकडे संवेदना नेते. शिवाय बाह्यकर्णाच्या नलिकेकडून आणि अन्ननलिकेच्या शेवटच्या भागातूनदेखील व्हेगस नर्व्हमधून मेंदूकडे संवेदना जातात, त्यामुळे कानात साठलेला मळ आणि अन्ननलिकेच्या शेवटच्या भागातून मेंदूकडे गेलेल्या संवेदनांमुळे सर्वकाळ खोकला येत राहतो. खोकला येताना तीन घटना एका मागोमाग घडतात. प्रथम श्वास आत ओढला जातो, नंतर ध्वनियंत्रणेच्या पट्ट्या एकमेकांजवळ येतात. छाती व पोट यांतील विभाजन पटल (डायफ्रॅम) सैल होतो व छातीच्या पोकळीतील दाब वाढतो. शेवटी उच्छ्वासाची क्रिया करणारे स्नायू जोरात आकुंचन पावतात, त्यामुळे श्वासनलिकांतून हवा वेगाने बाहेर टाकली जाते. या हवेबरोबर श्वासनलिकांत अडकलेले (शरीराला नको असणारे) स्राव व इतर अणूरेणू जोरात बाहेर टाकले जातात. त्यामुळे शरीराचे संरक्षण होते. खोकला येणे ही एक संरक्षक प्रतिक्षिप्त क्रिया असली, तरी त्याच्या अतिरेकाने श्वासनलिकांच्या अस्तराला इजा पोचू शकते. या अस्तराला झालेल्या दुखापतीमुळे पुन्हा खोकला येतो. याप्रमाणे खोकल्यामुळे अस्तराला अपाय व अपायामुळे पुन्हा खोकला असे दुष्टचक्र स्थापले जाते. घसा, स्वरयंत्रणा, छोट्यामोठ्या श्वासनलिका, सायनस इत्यादी भागांत झालेला दाह हे नव्याने सुरू झालेल्या व तुलनेने कमी वेळ टिकणाऱ्या खोकल्याचे महत्त्वाचे कारण असते. हृदयाच्या स्नायूंचे कार्य नीट न झाल्याने फुप्फुसांत व श्वासनलिकांत पाणी साचणे हे एक गंभीर कारण विसरता कामा नये (conjestive heart failure). न्यूमोनियासारखे फुप्फुसाचे गंभीर आजारताप, धाप लागणे, पिवळा कफ पडणे अशा लक्षणांवरून शंका निर्माण करतात. सायनोसायटिस, दमा, जठरातून अन्ननलिकेत (उलट्या दिशेने) जाणारे स्राव, इओझिनोफिलिया आणि अँजिओटेन्सिन कनव्हर्टिंग एन्झाइम इन्हीबिटर्स औषधे (रक्तदाब ताब्यात आणण्याकरिता वापरात असलेली औषधे) यांचा विचार प्रामुख्याने दीर्घकाळ राहिलेल्या खोकल्याच्या बाबतीत करणे इष्ट असते. एनालेप्रिल, लिसिनोप्रिल, लोसारटॅन, रॅमिप्रिल ही नेहमीच्या वापरातील Ace Inhibitors औषधे आहेत.

मेंदू आणि मन

अस्वस्थपणा

आपल्या जागृतीच्या विविध पायऱ्या असतात. झोपेतून आपण जागे होतो, मग परिसरातील एकामागून एक गोष्टी आपल्या लक्षात येऊ लागतात. लक्षात आलेल्या अनेक गोष्टींपैकी एकाच गोष्टीकडे लक्ष केंद्रित करण्याला एकाग्रता म्हणतात. एकाग्रचित्त असताना परिसरातील इतर गोष्टींकडे लक्ष जाण्यापासून आपण आपल्या मनाला परावृत्त करतो. मनाला दुसरीकडे जाण्यापासून परावृत्त करता येण्याकरिता, एकाग्रतेची सवय लावून घ्यावी लागते. निसर्गत: परिसरातील अनेक गोष्टींवर मन इकडून तिकडे भ्रमण करत राहते. नव्या गोष्टीकडे काही क्षण लक्ष दिल्यावर, परत दुसऱ्या गोष्टीकडे लक्ष जाते. जेव्हा मन चंचल बनते, तेव्हा ते एकाग्र होऊ शकत नाही. चंचल मन, मानसिक अस्वास्थ्य आणि लहानसहान गोष्टींनी मनाची चिडचिड होऊ लागली की मन गोंधळते, एकाग्र होऊ शकत नाही. सहनशक्तीच्या सीमा आकुंचित होतात. याला अस्वास्थ्य म्हणतात. मेंदूच्या कार्यात बिघाड झाल्याचे ते लक्षण असते. मेंदूचे कार्य अनेक कारणांनी बिघडू शकते. मेंदूला मार लागून इजा होणे, मेंदूला काही परकीय रासायनिक रेणूंची बाधा होणे, काही औषधांचे परिणाम होणे, विषबाधा होणे, चयापचयातील दोष आणि काही वेळा विचारांमुळे येणारा मानसिक ताण, या कारणांमुळे अस्वास्थ्य येते. शरीरात असह्य वेदना होणे, खूप ताप चढणे, औषधे अकस्मात बंद होणे, औषधी रेणूंना अतिरेकी प्रतिसाद दिला जाणे अशा अवस्थांमुळेदेखील अस्वास्थ्य येते. अस्वास्थ्य हे प्रकृतीमध्ये बिघाड होत असल्याचे लक्षण असते. कारण शोधून त्यावर इलाज करणे आवश्यक असते. अस्वस्थ व्यक्तीच्या या स्थितीबद्दल माहिती मिळवून, आवश्यक तपासण्या करून आजाराचे निदान लवकर करण्याला पर्याय नसतो.

अस्वास्थ्य अथवा बेचैनीची कारणे

कोणत्याही प्रकारे मनात चिंता निर्माण झाली की अस्वास्थ्याला आमंत्रण मिळते. काही प्रमाणात चिंता वाटणे हे आवश्यकच आहे. परिसरातील कोणत्याही बदलामुळे मनात नव्या परिस्थितीबद्दल प्रश्न निर्माण होतात, की जे आवश्यक आहेत. एकदा ही माहिती मिळाली व नवी परिस्थिती धोकादायक नाही याची खातरी पटली की ही चिंता शमते. असे चिंता शमणे हेही आवश्यक आहे. हे निरामय मनोशारीरिक लक्षण आहे. असे न घडता मनात चिंता चालू राहणे व त्या चिंतेचे मनोशारीरिक विकारात रूपांतर होणे ही घटना अयोग्य होय. अशा अतिरेकी चिंतेमुळे माणसाला दैनंदिन व्यवहार कौशल्याने पार पाडता येत नाहीत. स्वीय-स्वकीयांशी आत्मीयतेचे संबंध टिकवता येत नाहीत. या चिंतातुर स्थितीमध्ये मूळ चिंतेच्या कारणाचीच अधिकाधिक चिंता निर्माण होऊ लागते. झोपेत व्यत्यय येऊ लागतो, भीती वाटू लागते, मरगळ येते, खिन्नता जाणवू लागते आणि अस्वास्थ्याचे झटके येऊ लागतात. सुरुवातीला चिंतेमुळे काळजी जाणवत राहते. नैराश्य निर्माण होते. लहानसहान गोष्टींमध्ये चिडचिड होते. एकाग्रता शक्य होत नाही. स्वस्थपणे आराम करणे अशक्य होते. शरीराचे अनेक किंवा सर्वच स्नायू ताठरतात. डोकेदुखी जडते. नाडीची गती जलद होते. रक्तदाब वाढू लागतो. मळमळ होते. उलटी होते. मलप्रवृत्ती वारंवार होते (वारंवार शौचाला जाण्याची भावना येते. थोडाथोडा मल बाहेर पडतो), क्वचित जुलाबही होतात. चिंता निर्माण होण्याची अनेक कारणे असू शकतात. पूर्वायुष्यात अथवा सद्य:परिस्थितीत निर्माण झालेली परिस्थिती हे महत्त्वाचे कारण असते. पैसाअडका, कामधंदा, आवडत्या व्यक्तीचे निधन होणे, अशा घटना चिंतातुर होण्याच्या मुळाशी असू शकतात. आनुवंशिकतेतून आलेली मानसिक शक्ती हा एक महत्त्वाचा मुद्दा असतो. अपुरा किंवा अयोग्य आहार, व्यसने, व्यायामाचा अभाव या गोष्टीदेखील दखलपात्र असतात. योग्य जीवनशैली, नियमित केलेला व्यायाम, मनोरंजनाकडे योजनापूर्वक लक्ष देणे, जरूर पडल्यास औषधे व समुपदेशन या उपचारांनी बहुतेकांना चिंतेवर मात करता येते. अनेक वेळा चिंतातुर व्यक्तीला चिंतेचे कारणच स्पष्टपणे उमगलेले नसते.

अस्वास्थ्याचे एक कारण : आकस्मिक मद्यनिवृत्ती

रोज मद्य घेण्याची सवय लागणे प्रकृतीला घातक ठरू शकते हे सर्वविद् आहे. असे रोज मद्य सेवणाऱ्या व्यक्तीला अकस्मात मद्य घेता आले नाही, तर गंभीर परिस्थिती निर्माण होऊ शकते, याला डिलीरियम ट्रेमन्स (delirium tremens) म्हणतात. अपघातामुळे, शस्त्रक्रिया करण्यासाठी रुग्णालयात दाखल व्हावे लागणाऱ्या व्यक्तींमध्ये असा प्रसंग उद्‌भवण्याची शक्यता असते. डिलीरियम ट्रेमन्समुळे जिवाला धोका निर्माण होऊ शकतो. रुग्ण कमालीचा अस्वस्थ होतो, विविध भास होऊ लागतात, निद्रानाश होतो, सर्व अंगाला घाम सुटू लागतो आणि मन खिन्न होते. डिलीरियम ट्रेमन्स होण्यापूर्वी नाडीची गती जलद होते. ताप येऊ लागतो. काहींना एकामागून एक फिट्स येऊ लागतात (Status epilepticus). हृदयाचे ठोके अनियमितपणे पडू लागतात आणि रक्तदाब झपाट्याने उतरू लागतो. मद्य घेण्याचे बंद झाल्यावर काही वेळाने, काही तासांनी अथवा काही दिवसांनी डिलीरियम ट्रेमन्स होतो. व्यक्ती चिडचिड करू लागते. सहनशक्तीच्या मर्यादा आकुंचन पावू लागतात. मनाविरुद्ध क्षुल्लक जरी घडले तरी संतापाचा स्फोट होऊ लागतो. कोणत्याही विषयावर मन एकाग्र होऊ शकत नाही. झोपेमध्ये प्रचंड भीती वाटण्याचे झटके (nightmare) येऊ लागतात. विशेषत: हातामध्ये, पण काही वेळा संपूर्ण शरीरात कंप सुटतो. २५% रुग्णांना फिट येते (फेफरं Seizure). डिलीरियम ट्रेमन्स एकदा सुरू झाला की कित्येक दिवस टिकू शकतो. या काळात व्यक्ती पूर्ण गोंधळलेली असते. आपण कोठे आहोत, आता सकाळ आहे का संध्याकाळ, हे उमगत नाही. जवळचे नातेवाईक अथवा परिचितांना ओळखता येत नाही. सतत दुर्गंध पसरला आहे असे जाणवते. लोकांचे आवाज ऐकू येऊ लागतात. आपल्याला कोणीतरी धमक्या देत आहेत, असा भास होत राहतो. कोणीतरी आपल्याला ढकलत आहे, मारत आहे असेही भास होतात. आपल्या बिछान्यावर किडे किंवा पाली, झुरळे, साप सरपटत आहेत, असे भास होऊ लागले, की भयचकित होऊन रुग्ण पळू लागतो. गुलाबी रंगाचे हत्ती दिसू लागतात. हा आजार मद्यपींपैकी १०% व्यक्तींना होऊ शकतो.

बुद्धिभ्रंश- डिमेन्शिया

बुद्धिभ्रंशाची अनेक कारणे असू शकतात. त्या कारणांपैकी काही कारणांनी बुद्धिभ्रंश जेव्हा होतो, तेव्हा सौम्य अथवा तीव्र अस्वास्थ्य निर्माण होते. जेव्हा एखाद्या व्यक्तीची सुसूत्र विचार करण्याची क्षमता जाते आणि दैनंदिन व्यवहारातील गोष्टी आठवेनाशा होतात, तेव्हा त्याला / तिला बुद्धिभ्रंश- डिमेन्शिया झाला असल्याचे निदान केले जाते. हा विकार वाढला तर अशा व्यक्तीला आपले जीवन स्वावलंबनाने कंठता येत नाही. असा बुद्धिभ्रंश होण्याच्या कारणांपैकी अल्झायमर्स डिसीज हे नाव आता समाजात परिचित आहे, त्याचप्रमाणे मेंदूला रक्तपुरवठा कमी पडणे, दीर्घकाळ केलेले मद्यपान आणि काही औषधांचा नको असलेला परिणाम म्हणूनदेखील बुद्धिभ्रंश होतो. मेंदूच्या काही आजारांत मेंदूच्या न्यूरॉन पेशी झिजू लागतात व बुद्धिभ्रंश होतो. पार्किन्सन्सचा आजार, वार्धक्य किंवा हंटिंगटवाचा आजार अशा आजारांमुळेदेखील मेंदूच्या पेशी नष्ट होऊ लागतात. खिन्नता, मरगळ किंवा नैराश्य यांनी ग्रासलेली व्यक्ती आणि बुद्धिभ्रंश झालेली व्यक्ती यांचे वागणे, बोलणे, चालणे सारखे वाटते; परंतु नैराश्याला चांगले उपचार करता येतात. म्हणून निदान महत्त्वाचे असते. थायरॉईड ग्रंथीचे आजार, जीवनसत्त्व 'ब१२'चा अभाव, डोक्याला मार लागणे, मेंदूच्या विविध आजारांत आणि मेंदूत निर्माण झालेल्या गाठींमुळे बुद्धिभ्रंश झाला असे वाटते. या प्रकारच्या आजारांत योग्य उपचारांनी रुग्णाचा 'बुद्धिभ्रंश' दुरुस्त करता येतो. बुद्धिभ्रंश झालेल्या व्यक्तीच्या सुसूत्र विचार आणि स्मरण या दोन्ही क्षमतांमध्ये ऱ्हास होत जातो. त्यांचे अंदाज आणि निर्णय चुकतात, भाषेचा वापर करताना चुका होऊ लागतात. वस्तू आणि व्यक्ती ओळखता येत नाहीत. कारण कोणतेही असो, बुद्धिभ्रंश झालेली व्यक्ती गोंधळते, विसराळू होऊ लागते व निर्णय घेताना अडचणी येऊ लागतात. परिणामी, चिंता व भीती वाटते आणि अकारण भांडकुदळ बनू लागते. तऱ्हेतऱ्हेचे त्रास होऊ लागतात. संशयी स्वभाव आणि गैरसमज बळावू लागतात. या साऱ्यांचा परिणाम त्यांच्या वागण्या-बोलण्यावर होतो. रुग्ण स्वास्थ्य गमावतो. कोणत्याही एका विषयावर मन केंद्रित करता येत नाही. निद्रानाश होतो व व्यक्ती दिवसा किंवा रात्री अस्वस्थ राहते.

अस्वास्थ्य : ॲलर्जी

ॲलर्जी किंवा हायपर सेन्सिटीव्हिटी ही आपल्या प्रतिकाराच्या यंत्रणेची एक उद्दीपित स्थिती आहे. ज्या रेणूंची ॲलर्जी असते, त्यांचा संपर्क शरीराशी आल्यावर प्रतिकाराची प्रक्रिया जलद, वेगाने आणि अतिरेकी मात्रेत सुरू होते. परिणामी, सौम्य अथवा मोठ्या प्रमाणात अस्वास्थ्य जाणवू लागते. या अस्वास्थ्याबरोबर त्वचेवर पुरळ उठणे, कंड सुटणे, चेहऱ्यावर किंवा शरीराच्या अन्य भागांवर सूज येणे असे प्रकार होऊ लागतात. कधीकधी ही प्रतिक्रिया गंभीर रूप धारण करू शकते. या गंभीर स्थितीला 'ॲनॅफायलॅक्टिक शॉक' म्हणतात. रुग्ण क्षणार्धात कमालीचा अस्वस्थ बनतो, त्याला प्रचंड भीती जाणवते, त्वचा लाल होते, पुरळ उठतात, सूज येते, श्वास घ्यावयास त्रास होऊ लागतो. श्वासोच्छ्वासाबरोबर सूं-सूं आवाज येऊ लागतो, घरघर लागते, त्वचा गरम लागते, ओलसर होते, रक्तदाब झपाट्याने खाली येतो, नाडीची गती जलद होते. पोटात कळा येणे, उलटी होणे व जुलाब होणे अशाही तक्रारी होतात. अनेकांची सुरुवात तोंडाच्या बाजूने आणि आत खाज सुटण्याने होऊ लागते. थोड्याच वेळात नाक आतून ओले होऊ लागते, शिंका येतात, नाकातून पाणी गळते, अंगावर पुरळ उठू लागतात. डास चावल्यावर तेथे पाणी भरलेला फोड यावा ('गांधी उठणे') तसे पुरळ उठते. थकवा येतो. काही वेळा भान हरपते आणि रुग्ण खाली कोसळतो. अशा वेळी तत्काळ 'ॲड्रिनॅलिन'चे इंजेक्शन दिल्याने जीव वाचू शकतो. असे इंजेक्शन दर १५ मिनिटांनी देणे भाग पडू शकते. ज्यांना उच्च रक्तदाब किंवा हृदयविकार असतो, त्यांना ॲड्रिनॅलिन काळजीपूर्वक द्यावे लागते. अनेकांना मधमाशी अथवा गांधीलमाशीच्या दंशाने असा ॲनॅफायलॅक्टिक शॉक येऊ शकतो. त्वचेत अडकलेली मधमाशीची सोंड आपल्या नखांनी तत्काळ काढून टाकावी, कारण सोंडेत विष असते. ॲलर्जी असणाऱ्या व्यक्तीला आपल्याला कशाची ॲलर्जी आहे हे माहीत असणे आवश्यक आहे. औषधांची ॲलर्जी असू शकते. पेनिसिलीन या प्रतिजैविकांची ॲलर्जी घातक ठरू शकते.

अस्वास्थ्य :
अंत:स्थ अवयवांचे कार्य बिघडणे

हृदय, मेंदू, यकृत, फुप्फुसे, मूत्रपिंडे इत्यादी अंत:स्थ अवयव आपापली कार्ये करतात, त्यामुळे चयापचयाची स्थिती व्यवस्थित चालू राहते. चयापचय व्यवस्थित राहणे जीवनाला आवश्यक आहे. त्यातील बिघाडाचा परिणाम कमीजास्त प्रमाणात सर्वच शरीरावर होतो. बिघडलेल्या चयापचयाचा मेंदूवर परिणाम होतो, तेव्हा मेंदूच्या रचनेत बदल न होता मेंदूच्या क्रिया बिघडतात. या बिघाडामुळे मांद्य येते, झटके (फिट्स) येतात. व्यक्ती बेशुद्ध होते. वैचारिक गोंधळ आणि विस्मृती होते. निद्रानाश आणि अन्नद्वेष होतो. हृदयाचे स्पंदन मंद गतीने अथवा भरभर होते. या प्रकाराला चयापचयातील दोषामुळे आलेला मेंदूचा विकार (मेटॅबॉलिक ब्रेन सिंड्रोम) म्हणतात. यकृताच्या विकारात चयापचय बिघडते. मानवी शरीरात १०० ट्रिलियन (एक अब्ज कोटी) पेशी असतात. त्यातील १३ बिलियन पेशी मेंदूत आहेत. प्रत्येक पेशीला जिवंत राहण्याकरिता आणि स्वत:चे खास वैशिष्ट्यपूर्ण कार्य करण्याकरिता ऊर्जा लागते. ही ऊर्जा प्राणवायू आणि ग्लुकोजचा रेणू यांच्या अणूरेणूंचे विघटन आणि बांधणी करून प्रत्येक पेशी निर्माण करते. या चयापचयाला अनेक जीवनसत्त्वे, क्षार, संप्रेरके आणि वितरके आवश्यक असतात. मेंदूच्या पेशीत या घटकांचा अभाव झाल्यास या पेशी नीट कार्य करू शकत नाहीत. ज्या पेशी आपल्या संवेदना- बोध-स्मृती-भावना-विचार, मूल्ये मानणे - निर्णय आणि कार्यवाही या कामाशी संबंधित असतात, त्या पेशींना ऊर्जा न मिळाल्यास मन गोंधळते, अस्वस्थ होते. यकृताच्या आजारामुळे झापड येणे, बेशुद्ध होणे, हात स्थिर ठेवता न येणे आणि वैचारिक गोंधळ होणे संभवते. रक्तातील अमोनिया या रेणूची पातळी वाढल्याने असे होत असावे. मूत्रपिंडाचे कार्य नीट न झाल्याने मळमळ, त्वचा कोरडी पडून कंड सुटणे, मन गोंधळणे, विस्मृती आणि अस्वास्थ्य ओढवते. फुप्फुसाच्या अकार्यक्षमतेने प्राणवायूचा पुरवठा कमी पडला, तर रुग्ण अस्वस्थ होतो, गोंधळतो, निर्णय चुकू लागतात. एखादी व्यक्ती गोंधळली असल्यास त्याचे कारण अवयवाच्या या प्रकारच्या आजारात नाही ना, हे काळजीपूर्वक पाहणे आवश्यक आहे.

औषधांच्या सेवनामुळे अस्वास्थ्य

काही प्रकारच्या मनोरुग्णांत अस्वास्थ्य मोठ्या प्रमाणात उद्‌भवू शकते. खिन्नता (डिप्रेशन), उन्माद (मॅनिया) या विकारांत ते प्रकट होतेच, शिवाय काही वेळा व्यक्तिमत्त्व दोष असणाऱ्यांत (पर्सनॅलिटी डिसऑर्डर्स) अस्वास्थ्य जाणवते. विकृती आणि व्यक्तिमत्त्व दोष यांच्या काठावर असणाऱ्यांमध्ये किंवा समाजविरोधी मूल्ये जोपासणारी (अँटिसोशल पर्सनॅलिटी डिसऑर्डर्स) माणसे यांच्यामध्ये असे मधूनच दिसून येते. खिन्नता या विकाराचे महत्त्वाचे लक्षण म्हणजे सकाळी झोपेतून जाग येते तेव्हा मरगळ जास्त जाणवते. ही मरगळ जसा दिवस जातो तशी आपणहून कमी होते. मनोशारीरिक अस्वास्थ्याने पछाडलेली व्यक्ती स्वस्थ बसू शकत नाही (चळवळेपणा). येरझारा घालत राहतात आणि लहानसहान गोष्टींवरून चिडचिड करतात. उन्मादावस्थेत निद्रानाश होतो, बोलताना अकारण जोर देऊन शब्दांचा उच्चार केला जातो आणि 'आपण कोणी तरी फार मोठे श्रीमंत, अतिविद्वान आहोत' अशा भावना येऊ लागते. काही शारीरिक आजार आणि त्यांचे उपचार यामुळे खिन्नता बळावते. आपल्याला आजार झाला आहे, ही कल्पना मनावर ताण निर्माण करू शकते व या तणावाचे रूपांतर खिन्नतेत होते. अनेक प्रकारची औषधेदेखील खिन्नता रुजवू शकतात. वाढलेला रक्तदाब कमी करण्यासाठी, नाडीची गती व ताल सुधारावा यासाठी वापरलेली औषधे, रक्तातील कोलेस्टेरॉल कमी व्हावे, यासाठी वापरण्यात आलेले रेणू अशा औषधांच्या वापराने अनेकांना खिन्नता जाणवते. स्टेरॉईड प्रकारची (ग्लुको कॉर्टिकॉईड्स) औषधे किंवा पार्किन्सन्स डिसिजसाठी वापरण्यात येणाऱ्या औषधांमुळे अस्वास्थ्य व खिन्नता येणे, हा प्रकार वारंवार होताना दिसतो. अनेक मधुमेही रुग्णांत (८ ते २७%) खिन्नता आढळते. थायरॉईड ग्रंथीच्या आजारांत विस्मृती आणि खिन्नता रुग्णाला ग्रासू शकतात. हिपॅटायटिस सी या विषाणूमुळे झालेल्या यकृताच्या आजारात आणि आजाराच्या उपचाराकरिता वापरण्यात येणाऱ्या 'इंटरफेरॉन अल्फा' या औषधामुळे खिन्नता आणि अस्वास्थ्य असे त्रास अनेक वेळा रुग्णांना सहन करावे लागतात.

तात्कालिक पक्षाघात

शरीराचा एखादा भाग अथवा बाजू अकस्मात कमजोर होते; परंतु २४ तासांच्या आत त्या भागात पूर्ववत शक्ती येते, तेव्हा 'तात्कालिक पक्षाघात' झाला असे म्हटले जाते. मेंदूकडे जाणाऱ्या रक्ताच्या प्रवाहास थोड्या वेळेपुरताच अडथळा येण्याने असे होते. मेंदूला रक्त नेणाऱ्या तुलनेने लहान रक्तवाहिन्यांत काही गोष्टी अडकल्यामुळे असे होते. अशा वस्तू म्हणजे अन्यत्र गोठलेल्या रक्ताच्या गुठळ्यांचे लहान तुकडे, कोलेस्टेरॉल या रेणूचे गट्ठे किंवा शरीरात घुसलेले परकीय रेणू, जीवाणू, विषाणू अथवा कॅन्सरच्या पेशींचा जुडगा. असे गट्ठे विरघळवून टाकण्याची एक प्रभावी यंत्रणा शरीरात कार्यान्वित होते. या यंत्रणेचे कार्य यशस्वी झाले तर रक्तप्रवाह पुन्हा सुरू होऊ शकतो. अशा प्रकारे रक्ताच्या आणि कोलेस्टेरॉलच्या गुठळ्या तयार होणारे सर्वात नेहमी आढळणारे कारण म्हणजे रोहिणीकाठिण्य रोग होय. जेव्हा असा आजार मानेतून मेंदूकडे रक्त नेणाऱ्या रक्तवाहिन्यांच्या अस्तरात होतो, तेव्हा अरुंद झालेल्या रक्तवाहिन्यांत रक्ताच्या गुठळ्यांचे छोटे छोटे अडथळे निर्माण होतात. कधीकधी हृदयाच्या आतून किंवा हृदयाच्या झडपांवरून अशा गुठळ्या निघतात. हा तात्कालिक पक्षाघात थोडावेळच लुळेपण निर्माण करतो. असा तात्कालिक लुळेपणा पुढे येणाऱ्या आजाराची सूचनाच देत असतो. कायमस्वरूपाचा पक्षाघात झालेल्या रुग्णांपैकी ५०% रुग्णांना अशी सूचना आलेली असते. मधुमेही रुग्णांमध्ये ज्यांचा रक्तदाब वाढलेला आहे, ज्यांना हृदयविकाराचा झटका येऊन गेलेला आहे, धूम्रपान करणारे, अशांना तात्कालिक पक्षाघात होण्याची शक्यता असते.

अस्वास्थ्य : मेंदूच्या पेशींचे विकार

आपल्या शरीरातील एकूण एक कार्यावर मेंदूची देखरेख असते. यात 'मन'ही आले. मेंदूच्या अनेक प्रकारच्या कार्यांपैकी काही विशिष्ट कार्यांच्या समुच्चयामुळे निर्माण होणाऱ्या मेंदूच्या कार्यपद्धतीला 'मन' म्हणतात. संवेदना, बोध, स्मृती, भावना, विचार, मूल्यांचे पालन, निर्णय आणि कार्यवाही या आठ कार्यांनी एकत्र येणे म्हणजे मनाचे कार्य झाले. चळवळेपणा, बेचैनी, खिन्नता, उन्माद आदी अस्वास्थ्याचे परिणाम होण्याचे एक कारण मेंदूच्या पेशींचे कार्य नीट न होणे हे होय. आपल्या भावना, आपले विचार आपली भाषा आणि आपले आचार मिळून आपण आपल्या मनाच्या अस्तित्वाला जाणतो. परिस्थितीला अनुरूप आणि समाजमान्य प्रतिसादाला आपण योग्य वागणूक म्हणतो. अयोग्य वागणुकीचे कारण मानसिक म्हणजे चुकीच्या विचारात अथवा मेंदूच्या पेशींच्या विकारात असू शकते. विचारातील दोष व्यक्तीशी चर्चा करून, वास्तवाची ओळख पटवून देऊन किंवा जीवनशैलीतील बदलाने बऱ्याच अंशी सुधारता येतात. मेंदूच्या पेशींतील रचना किंवा कार्य यातील दोष गंभीर परिणाम घडवून आणू शकतात. जालीम औषधे, शस्त्रक्रिया, रुग्णालयात दाखल करून करावे लागणारे उपचार, प्रभावी प्रतिजैविकांचा, संप्रेरकांचा वापर करावा लागतो. अशा मेंदूच्या रचनेत अथवा कार्यात आलेल्या गंभीर दोषाला मेंदूच्या पेशींचा विकार म्हणतात. मेंदूला मार लागून इजा होणे, मेंदूत गाठी निर्माण होणे, मेंदूत रक्तस्राव होणे अगर रक्ताचा पुरवठा बंद होणे, मेंदूत गळवे होणे, पक्षाघात होणे, ॲल्झायमर्स डिसीज होणे, पार्किन्सन्स डिसीज होणे, दारूचे सेवन, भांग किंवा चरस यांचे सेवन, मल्टिपल स्क्लेरोरिसचा आजार होणे, औषधी रेणूंचा परिणाम, अंतर्ग्रंथीचे विकार, प्राणवायू किंवा ग्लुकोज यांचा पुरवठा खंडित होणे, आहारातील अभाव आणि त्रुटी, विषारी वायू अथवा पदार्थ यांचा अपाय, अशा अनेक प्रकारांनी मेंदूच्या पेशींना अपाय होतो. दर वेळेस नेमके कारण शोधून मगच प्रभावी उपचार योजणे शक्य असते. लवकर निदान व शास्त्रशुद्ध योग्य उपचाराद्वारे बहुतेक रुग्णांना फायदा होतो. गेल्या २५ वर्षांत या शास्त्रात आमूलाग्र प्रगती झालेली आहे. तपासण्या व उपचारपद्धती बदलत जात आहेत. नवे तंत्रज्ञान, अद्ययावत उपचार, ज्ञानाधिष्ठित अनुभवाने आलेले कौशल्य, याला तोड नाही.

अस्वास्थ्य : औषध घेणे आणि थांबवणे

कोणतेही औषध हे आपल्या शरीराच्या दृष्टीने परकीय रासायनिक रेणूंचे बनलेले असते. त्याच्या फायदेशीर परिणामाकडे लक्ष देऊन शरीराला अपाय होणार नाही इतकी मात्रा वापरणे, याला उपचार म्हटले जाते. प्रत्येक औषधामध्ये शरीराला त्रास अथवा अपाय होईल असा गुणधर्म असतो. काही औषधांच्या बाबतीत फायदा होण्याकरिता देण्यात येणाऱ्या मात्रेत (डोस) व नको असणारा परिणाम होण्याकरिता देण्यात येणाऱ्या मात्रेत फारसे अंतर नसते. काही औषधे शरीरात साचत जातात. काही रेणूंची विशिष्ट व्यक्तींना 'ॲलर्जी' असू शकते. काही औषधी रेणूंमुळे इतर औषधांचे परिणाम वाढतात किंवा कमी होतात. जर एखाद्या व्यक्तीला औषधे सेवन करण्यापूर्वी जाणवत नसणारा एखादा त्रास, औषध घेतल्यावर नव्याने व्हावयास लागला; तर हा त्रास औषधामुळे झाला असावा, असे मानण्यास जागा असते. अस्वास्थ्य निर्माण झाले, तर काही प्रकारच्या औषधांची शंका येणे रास्त ठरेल. भूक कमी लागावी व त्यामुळे वजन कमी व्हावे, यासाठीच्या औषधात असणारे ॲम्फिटमाइनससारखे रेणू अस्वास्थ्य निर्माण करू शकतात. सरदीमुळे वाहणारे नाक कोरडे व्हावे, यादृष्टीने एफिड्रीन कॅफेन आणि दम्यासाठी वापरले जाणारे थिओफायलीन या रेणूंतदेखील असा गुण असतो. एक्स-रे वापरून तपासण्या करताना अनेकदा कॉन्ट्राइट मीडियांचे इंजेक्शन दिले जाते. यात असणाऱ्या आयोडिन रेणूंची काहींना ॲलर्जी असते. कॉन्ट्रास्ट मीडियाचे इंजेक्शन घेतल्यास रुग्ण लगेच अस्वस्थ होऊ लागतो. उलटपक्षी काही औषधे घेण्याचे अकस्मात थांबवल्यास अस्वास्थ्य, चिंता, गोळे येणे, घाम सुटणे व अन्नद्वेष होणे, असे त्रास जाणवू लागतात. काही वेदनाशामक आणि झोप यावी म्हणून वापरलेल्या औषधांत ओपिऑइड्स आणि बार्बिच्युरेट्स या प्रकारचे रेणू असतात. ही औषधे अकस्मात थांबवली, तर झापड येऊ लागते, फिट्स येतात, रक्तदाब वाढतो, नाडीची गती जलद होते, जांभया येऊ लागतात व श्वसन जलद होऊ लागते. वयस्कर व्यक्तींमध्ये परिसर किंवा वातावरणाने आलेला बदल सहन होत नाही.

पक्षाघात (पॅरालिसिस)

अकस्मात येणाऱ्या संकटाला 'आघात' म्हटले जाते. पक्ष म्हणजे बाजू. एका बाजूला (उजव्या अथवा डाव्या) अकस्मात येणाऱ्या लुळेपणाला पक्षाघात म्हणतात. सामान्यपणे पक्षाघात दोन प्रकारचे मानले जातात. मेंदूला रक्तपुरवठा करणाऱ्या रक्तवाहिन्यांत काही अडथळा निर्माण झाला, की मेंदूच्या विशिष्ट भागाला रक्ताचा पुरवठा होत नाही. या प्रकाराला इस्चिमिक (ischaemic) स्ट्रोक म्हटले जाते. इस्चिमिया (ischaemia) हा शब्द दोन ग्रीक शब्दांवरून आलेला आहे. ग्रीक शब्द इस्‌चिन म्हणजे रोखणे आणि दुसरा ग्रीक शब्द हेमा म्हणजे रक्त. इस्चिमिया म्हणजे रक्तवाहिनीतील दोषामुळे एखाद्या अवयवाला रक्ताचा पुरवठा कमी पडणे. असा दोष म्हणजे रक्तवाहिनीत रक्ताची गुठळी होणे. पक्षाघात झालेल्या रुग्णांपैकी ८०% रुग्णांमध्ये असा दोष असतो. इतर लोकांमध्ये मेंदूला जाणारी रक्तवाहिनी फुटल्याने रक्तस्राव झालेला असतो. रक्तपुरवठा झाला नाही, की पक्षाघात होतो. कारण रक्ताचा पुरवठा न झाल्याने त्या भागातील पेशींना प्राणवायू (ऑक्सिजन) मिळत नाही. त्या पेशी अकार्यक्षम होतात व मरतात. शरीराचा जो भाग या पेशींमुळे सचेतन होता, तो भाग लुळा पडतो. असा झटका आलेल्या रुग्णांपैकी १०% व्यक्ती पूर्ण बऱ्या होतात; ५०% व्यक्तींना काही ना काही मदतीची गरज पडते; पण ४०% लोकांना थोडेफार अंपगत्व येते. ज्या व्यक्तींना थोडा वेळ त्रास होऊन त्या पूर्ववत होतात, त्यांना तात्कालिक पक्षाघात झाला, असे म्हणतात.

तात्कालिक पक्षाघाताचा उपचार

तात्कालिक पक्षाघात झालेल्या रुग्णाच्या शरीराचा एखादा भाग लुळा पडतो किंवा बधिर होतो. काहींना तोल जात असल्याची भावना येते. इतरांना त्या अवयवाने सफाईने काम करता येत नाही. काहींची काही काळापुरती नजर जाते. असा तात्कालिक पक्षाघात होण्याचे कारण शोधणे महत्त्वाचे असते. अर्धशिशी (मायग्रेन), फीट येणे (एपिलेप्सी), रक्तातील साखर कमी होणे, रक्तदाब उतरणे, मेंदूत गाठ असणे, नाडीची गती अनियमित होणे किंवा आपल्या कानातील तोल सांभाळणाऱ्या भागात दोष निर्माण होणे (लॅबरिथायटिस) अशा विविध कारणांनी अशी लक्षणे येऊ शकतात. जर रक्तवाहिनीत दोष निर्माण झाल्याने एकाच जागी एकाच प्रकारचा त्रास जाणवत असेल, तर त्या जागेच्या रक्तवाहिनीवर एक प्रकारचा आवाज स्टेथोस्कोपने ऐकू येतो. विविध तऱ्हेच्या तपासण्यांनी रक्तवाहिन्यांतील अरुंदपणाचे निदान निश्चित करता येते. रुग्णालयात दाखल होऊन रक्त गोठू नये असा परिणाम असणारी औषधे वापरावी लागतात, त्याचबरोबर रोहिणीकाठिण्याचा आजार होऊ नये किंवा वाढू नये, यादृष्टीने जीवनशैलीत योग्य ते बदल करावे लागतात. एक नेहमी वापरण्यात येणारे औषध म्हणजे ॲस्पिरीन हे होय. रक्त गोठू नये याकरिता अधिक प्रभावी औषधे डॉक्टरांच्या देखरेखीखाली दिली जातात. कधीकधी शस्त्रक्रियाही केली जाते. मानेतील रक्तवाहिनीत ७०%हून अधिक अडथळा (ब्लॉक) असल्यास शस्त्रक्रियेचा विचार गंभीरपणे केला जातो.

पक्षाघात टाळता येईल का?

पक्षाघात होण्याच्या कारणांकडे लक्ष देण्याने पक्षाघाताचा प्रतिबंध करता येतो. ज्यांना तात्कालिक पक्षाघात होऊन गेला आहे अशा व्यक्तींच्या बाबतीत ही काळजी घेणे विशेष महत्त्वाचे आहे. ही काळजी म्हणजे आपल्या जीवनशैलीत योग्य बदल करणे व आवश्यकता असल्यास काही औषधांची मदत घेणे, हे होय. ज्यांचा रक्तदाब वाढलेला आहे, त्यांनी वारंवार तपासून रक्तदाब ताब्यात ठेवण्यासाठी वजन कमी करणे, मिठाचे सेवन मर्यादित ठेवणे, मनाचे अनुरंजन करणे आणि डॉक्टरांच्या सल्ल्याने योग्य औषधे घेणे आवश्यक आहे. ही औषधे डॉक्टरांच्या सल्ल्यानेच घ्यावीत, कारण प्रत्येक व्यक्तीला वेगळे औषध आणि वेगळी मात्रा योजावी लागते. नियमित चालण्याचा चांगला फायदा होतो. काही आजारांत हृदयाचे ठोके नियमितपणे पडत नाहीत. एट्रियल फिब्रिलेशन (Atrial Fibrillation) हा असा एक हृदयाचा आजार आहे. यात हृदयात रक्त गोठू शकते व रक्ताची एक गुठळी मेंदूत जाऊन पक्षाघात होऊ शकतो. ॲस्पिरीन व इतर रक्त गोठण्यास प्रतिबंध करणाऱ्या औषधांच्या वापराने हा धोका टळतो. वाढलेला रक्तदाब, वाढलेले कोलेस्टेरॉल, धूम्रपान, मधुमेह या पार्श्वभूमीवर रोहिणीकाठिण्याचा आजार होतो व बळावतो. या घटकांना वेळीच ताब्यात ठेवण्याने फायदा होतो. हृदयाच्या स्नायूंचे आकुंचन पुरेशा कार्यक्षमतेने न होण्याने हृदयात रक्ताच्या गुठळ्या होऊ शकतात. या विकारावर चांगले उपचार आहेत. पायांवर सूज येणे, धाप लागणे, अशी लक्षणे असतात. मेदवृद्धीदेखील पक्षाघाताचा धोका वाढवते. आपल्या डॉक्टरांना विचारून योग्य जीवनशैली व आवश्यक औषधांची माहिती प्रत्येकाने करून घेणे आवश्यक आहे.

पक्षाघाताच्या पूर्वसूचना

पक्षाघात होताना सुरुवातीचे चार ते सहा तास उपचारांच्या परिणामांच्या दृष्टीने फार महत्त्वाचे असतात. यापेक्षा जास्त काळ उपचार सुरू होण्यास लागला, तर मेंदूला कायमस्वरूपाचा अपाय होणे संभवते. पक्षाघात होऊ न देणे, हेच अधिक इष्ट होय. यादृष्टीने आगामी पक्षाघाताच्या पूर्वसूचना ओळखणे व तत्काळ उपचार सुरू करणे सुज्ञपणाचे ठरते. शरीराच्या एका बाजूच्या (उजव्या अथवा डाव्या) हाताला, पंज्याला अगर पायाला अकस्मात कमजोरी जाणवणे, हे महत्त्वाचे लक्षण आहे. चेहऱ्याच्या अथवा शरीराच्या एकाच बाजूला मुंग्या येणे, हे लक्षणदेखील दखलपात्र आहे. एकाच डोळ्याची अथवा एकाच बाजूची नजर एकाएकी अंधुक होणे किंवा अकस्मात वाचेमध्ये दोष येणे, ही लक्षणे पक्षाघाताची असू शकतात. वाचेमधील बोलणे समजण्याचा दोष किंवा वाचा प्रकट करण्याचा (बोलण्याचा अथवा लिहिण्याचा) असू शकतो. बोलताना अगर लिहिताना केवळ शब्दांचा एक डोंगर रचला जातो. कर्ता, कर्म, क्रियापद यांचा संदर्भ राहत नाही, त्यामुळे रुग्णाला काय सांगावयाचे आहे, हे ऐकणाऱ्याला समजेनासे होते. दुसरा बोललेले समजत नसल्याने रुग्णाला दुसरी व्यक्ती काय बोलते आहे, याचा अर्थ कळत नाही. 'काही तरी भाषा वापरून आपल्याशी संपर्क साधला जातो आहे,' एवढेच कळते. आपण कधीही न शिकलेल्या भाषेत कोणी तरी बोलत आहे, असा अनुभव रुग्णाला येतो. काही वेळा अकस्मात तोल जाऊ शकतो किंवा चक्कर येते आहे, असे वाटू लागते. काही वेळा अकस्मात तीव्र मस्तकशूळ (डोकेदुखी) जाणवतो. या सर्व तक्रारींत ही लक्षणे अकस्मात निर्माण होतात, हे महत्त्वाचे ठरते. याच तक्रारी हळूहळू वाढण्याची इतरही अनेक कारणे असू शकतात.

पक्षाघाताच्या उपचारपद्धतीची निवड

अकस्मात आलेल्या, एकाच ठिकाणी झालेल्या कमजोरीमुळे पक्षाघाताची शंका आल्यास प्रथम हा विकार रक्ताचा पुरवठा कमी झाल्याने झाला आहे, का मेंदूत रक्तस्राव होण्याने झाला आहे, हे ठरवणे अत्यावश्यक असते. हे ठरवण्याकरिता मेंदूचा सीटी स्कॅन (CT SCAN : Computarised Tamomography Scan) अथवा एमआरआय स्कॅन (MRI Scan : Magnetic Resonance Image Scan) करणे आवश्यक असते. याखेरीज रुग्णाच्या हृदयाची आणि इतर शारीरिक क्रियांची (मधुमेह, मूत्रपिंडाची स्थिती इत्यादी) तपासणी आवश्यक असते. यादृष्टीने सुसज्ज रुग्णालयात दाखल होणे इष्ट असते. रुग्णाला प्राणवायू (ऑक्सिजन), ग्लुकोज, सलाईन अथवा औषधे घ्यावी लागण्याची शक्यता असते. बऱ्याच वेळा मेंदूला सूज येते. ही सूज कमी करण्याकरिता औषधे घ्यावी लागतात. औषधांनी सूज कमी न झाल्यास शस्त्रक्रिया करावी लागते. रक्ताचा पुरवठा कमी पडल्याने पक्षाघात झाल्याची खातरी झाल्यावर रक्त गोठू नये असा परिणाम असणारी अँटिकोअॅग्युलंट व रक्त प्रवाहीच राहील, असा परिणाम असणारी औषधे काळजीपूर्वक वापरावी लागतात. पहिल्या चार तासांत रक्ताची गुठळी विरघळवण्याचा परिणाम असणारी औषधे वापरता येतात. शरीरात अन्यत्र गोठलेल्या रक्ताच्या गुठळ्यांतून लहान लहान तुकडे मेंदूत जाऊन आजार होतो आहे असे वाटल्यास, हृदयाच्या कार्याची व झडपांची स्थिती तपासावी लागते. नाडीच्या ठोक्यांचा ताल चुकत असला, तर होल्टर मॉनिटर या यंत्राचा वापर करून निदानाची खातरी करून योग्य उपचार करावे लागतात.

मेंदूतील रक्तस्रावामुळे होणारा पक्षाघात

मेंदूला रक्त पोहोचवणारी एखादी लहान जरी रक्तवाहिनी फुटली, तरी मेंदूत रक्तस्राव होतो. रक्त न मिळाल्याने मेंदूच्या पेशींना प्राणवायू व जीवनावश्यक अन्नघटक मिळत नाहीत. परिणामी या पेशी कमजोर होतात, दुखावतात किंवा मृत होतात. शिवाय ते रक्त मेंदूच्या पेशींच्या सभोवती जमणे याचा दाब पेशींवर येतो. हा दाबही या पेशींना अपायकारक ठरतो. अशा प्रकारच्या रक्तस्रावाने झालेला पक्षाघात होण्याचे सर्वात महत्त्वाचे कारण म्हणजे वाढलेला रक्तदाब. अशा वाढलेल्या रक्तदाबामुळे रक्तवाहिन्यांची आवरणे कमजोर झालेली असतात. या कमजोर भागांना अकस्मात वाढलेला रक्तदाब सहन होत नाही व त्या फुटतात. काही वेळा जन्मजात दोषांमुळेदेखील एखाद्या रक्तवाहिनीचे अस्तर कमजोर असू शकते. अशा रक्तस्रावाने होणारा पक्षाघात बऱ्याच वेळा तरुण वयातच होतो आणि पुष्कळदा घातक ठरतो. डोक्याला मार लागणे, अतिरेकी मद्यपान, मधुमेह किंवा रक्त गोठण्यातील दोष अशीही कारणे असू शकतात. असा रक्तस्राव मेंदूच्या आत किंवा मेंदूच्या बाहेर होऊ शकतो. तो जेथे होतो त्या जागेवरून या रक्तस्रावाला वेगवेगळ्या नावांनी ओळखले जाते. रक्तस्राव कोठे होतो व किती प्रमाणात होतो, यावर त्याचा परिणाम ठरतो. मेंदूवर आभ्रे असतात. या आभ्रांपैकी मेंदूला लगेच लागून असणारा आभ्रा आणि मेंदू यामधील जागेला सब ॲरॅकनॉईड स्पेस म्हणतात. या जागेत रक्तस्राव होणे फार धोक्याचे ठरू शकते, कारण असा रक्तस्राव झालेल्या रुग्णांपैकी ५०% रुग्णांत काही तरी गंभीर गुंतागुंत निर्माण होते.

पक्षाघाताची कारणे : मेंदूच्या आत होणारा रक्तस्राव

मेंदूच्या आत होणारा रक्तस्राव सुरू असताना रुग्ण बहुतेक वेळा जागा असतो. अनेकदा कोणत्या तरी तणावात व्यग्र असतो. एकाएकी तीव्र मस्तकशूळ उद्भवतो. त्याबरोबर मळमळते किंवा जोरात उलटी होते, रुग्ण झपाट्याने बेशुद्ध होतो. या साऱ्या घटना काही मिनिटांत घडून जातात. शुद्ध हरपली नसल्यास लगेच इतर त्रास होत असल्याची जाणीव होऊ लागते. शरीरातील एक हात, पाय किंवा एक बाजू कमजोर झाली आहे किंवा भाषेचा वापर करताना अडथळा येत आहे हे लक्षात येते. कधीकधी रक्तस्राव लहान मेंदूत होतो. लहान मेंदूचे प्रमुख कार्य, तोल सांभाळणे आणि हालचाली सफाईने करणे हे होय. लहान मेंदूत रक्तस्राव झाल्यावर तत्काळ जोरात चक्कर येते, आजूबाजूच्या गोष्टी गोलगोल फिरत आहेत, अशी भावना होते. तोल सांभाळता येत नाही, परिणामी उभे राहणे अथवा चालणे कठीण होऊ शकते. सीटी स्कॅन करून नेमका कोणत्या जागी रक्तस्राव झाला आहे आणि किती प्रमाणात झाला आहे, हे समजू शकते. बहुतेक वेळा रुग्ण हॉस्पिटलमध्ये पोहोचेपर्यंत रक्तस्राव होण्याचे थांबलेले असते. झालेल्या रक्तस्रावामुळे आजूबाजूच्या पेशींवर दाब येत असतो. अशा वेळी जिवाला धोका निर्माण होऊ शकतो. हा धोका टळावा म्हणून शस्त्रक्रिया करून रक्ताची गुठळी काढून टाकली जाते. रुग्णाचा रक्तदाब वाढलेला असला, तर योग्य प्रमाणात औषधोपचार केला जातो. ७०% रुग्णांमध्ये असा वाढलेला रक्तदाब आजाराला कारणीभूत ठरतो.

पक्षाघाताची कारणे : सब-अॅरॅक्नॉइड रक्तस्राव

मेंदूवर एकावर एक तीन अभ्रे असतात. मेंदूला लागून 'अॅरॅक्नॉइड' अभ्रा, त्यावर 'पाया' अभ्रा आणि सर्वात वर कवटीच्या लगेच खाली 'ड्युरा' अभ्रा. सब अॅरॅक्नॉइड रक्तस्राव होतो, तेव्हा मेंदूच्या बाहेरची रक्तवाहिनी फुटलेली असते. येथून रक्त मेंदूच्या वरच्या भागाच्या बाहेर आणि आतल्या पोकळ्यांत झपाट्याने पसरते. असा रक्तस्राव होण्याचे सर्वात महत्त्वाचे कारण म्हणजे मेंदूच्या बाहेरच्या रक्तवाहिन्यांतील एखाद्या रक्तवाहिनीत दोष असल्याने तेथे एक फुगा झालेला असतो. या फुग्याला अॅन्युरिझम म्हणतात. तो फुटल्यावर पुढच्या एका महिन्यात ४५% रुग्ण दगावतात. जे जगतात त्यांतल्या ५०%हून जास्त व्यक्तींमध्ये काही ना काही दोष राहून जातो. अॅन्युरिझम फुटेपर्यंत व्यक्तीला कोणताही त्रास जाणवत नसतो, तो फुटल्यावर एकाएकी तीव्र डोकेदुखी सुरू होते. ५०% रुग्ण काही काळ बेशुद्ध होतात. संपूर्ण डोके दुखते. मान कडक होते. उलटी येते. काही वेळा फुटलेल्या रक्तवाहिनीतील रक्त शेजारच्या मेंदूत घुसते व त्यामुळे शरीरावर परिणाम होतात. पक्षाघात होतो, वाचेवर परिणाम होतो. काही व्यक्तींमध्ये हा अॅन्युरिझम फुटण्यापूर्वी हळूहळू आकाराने मोठा होत गेलेला असतो, त्यामुळे मेंदूतून डोळ्याकडे जाणाऱ्या मज्जातंतूंच्या शिरांवर त्या फुग्याचा दाब येतो. परिणामी, त्या डोळ्यातील बाहुली विस्तारते आणि डोळा नीट हलेनासा होतो. अकस्मात तीव्र डोकेदुखी झाल्यास सब अॅरॅक्नॉइड रक्तस्राव झाला असावा, अशी शंका घेणे रास्त ठरते.

अन्नद्वेष : मानसिक आजार

अनोरेक्सिया नर्व्होझा (Anorexia nervosa) या विकारात कमालीचा अन्नद्वेष होतो, स्वाभाविकपणे गंभीर परिणाम करणारे कुपोषण होते. हातापायाचे स्नायू कृश होतात. अंगावरचे मेदाचे साठे झडून जातात. मलावरोध होतो, मासिक पाळी येणे थांबते, त्वचा कोरडी पडते, केस गळतात, तसेच टक्कल पडते. झोप नीट लागत नाही. मुख्य लक्षण म्हणजे आपण स्थूल आहोत किंवा आपले वजन प्रमाणाबाहेर वाढलेले आहे, असा सपशेल चुकीचा ग्रह होतो. कामेच्छा मंदावते. काही रुग्णांना आपले वजन कमी करण्याकरिता अतिरेकी व्यायाम करावासा वाटतो आणि ते तसा करतातही. खाण्यापिण्याचे गुंतागुंतीचे कर्मकांड करून ठेवतात. मानसोपचार व शारीरिक उपचार करून थोड्यांनाच फायदा होतो.

मॅनिया (Mania) या प्रकारात उन्माद होतो. रुग्णाला झोप लागत नाही. जेवण्याची आवश्यकता वाटत नाही. कमालीचा उत्साह वाटतो, दिवसरात्र काम केले तरी थकवा जाणवत नाही. आनंदी दिसतात, खूप बोलतात. आजार वाढल्यावर त्यांच्याकडून कोणतेच काम नीट पुरे होत नाही. उपचारांशिवाय त्यात कधीकधी आपोआप आराम पडू शकतो; पण परत काही दिवसांनी आजार येतो.

खिन्नता या आजारात जेवावेसेच वाटत नाही. सतत मन खिन्न राहते. मनात अपराधीपणाची भावना असते आणि आत्मसन्मानाची भावना नष्ट होते. मृत्यूचा विचार मनात सारखा घोळतो. 'आपल्याला आपल्याच अपराधांची शिक्षा होत आहे' अशा तऱ्हेची विचारसरणी बळावते. इतर माणसांशी संबंध ठेवणे नको वाटते. एकलकोंडेपणा वाढतो, झोप उडते, डोके दुखते, मलावरोध होतो. काहींना भास होऊ लागतात. खिन्नता हा विकार छुपा राहतो, तो अनेक वर्षे टिकू शकतो. लवकर निदान झाले तर उपचारांचा चांगला फायदा होतो.

अन्नद्वेष : यकृताचे विकार

यकृताच्या बहुतेक सर्व विकारांत भूक मंदावते. कावीळ होण्याचे एक महत्त्वाचे कारण म्हणजे यकृतात काही विषाणू दाह निर्माण करतात. या विषाणूंमध्ये ए, बी, सी, डी, ई अशा प्रकारचे वेगवेगळे प्रकार असतात. कावीळ दिसण्यापूर्वीच भूक मंदावते; म्हणजे डोळे पिवळे दिसू लागण्याआधीच व्यक्तीला अन्नद्वेष होतो. रुग्णाला थकवा जाणवतो, सांधे दुखतात, अंग दुखते, उजेड नकोसा वाटतो, मळमळते, उलट्या होतात, लघवीचा रंग अधिकाधिक गडद पिवळा ते नारिंगी होत जातो. पोटात उजवीकडे दुखते, खाज सुजते. कावीळ ज्या प्रकारची आहे, त्या प्रकारानुसार ती कमीजास्त दिवस टिकते. यकृताचा दीर्घकाळ चालत राहणारा आजार म्हणजे सिऱ्होसिस (cirrhosis). यामध्ये रुग्णाला भूक कमी लागते, थकवा येतो, मलावरोध जाणवतो. हळूहळू आजार वाढतो, पायावर सूज येते, जलोदर होतो. रक्ताची उलटी होते. अंगाला कंड सुटते, त्वचा कोरडी पडते. वारंवार कावीळ होऊ लागते. पुरुषांत स्तनांचा आकार वाढतो, वेळेवर लक्षात आल्यास दुसऱ्या व्यक्तीच्या चांगल्या यकृताचा एक भाग बसवता येतो. आता भारतात अशी शस्त्रक्रिया शक्य आहे; परंतु थोड्याच केंद्रांत ती होते व आजमितीस ती खर्चीक आहे.

छातीत जळजळ होणे

छातीत जळजळ होणे याचे प्रमुख कारण म्हणजे जठरातील आम्लयुक्त स्राव छातीत येणे होय. मानेत किंवा घशात त्याचा त्रास जाणवू शकतो. कोणत्याही कारणाने उदराच्या पोकळीतील दाब वाढला तर जठरातील स्राव छातीत येणे संभवते. असा दाब गर्भारपणी हमखास वाढतो. पोटात पाणी झाले (जलोदर झाल्यास), अथवा मेद साचला तरीदेखील हा त्रास होतो. आतड्यांच्या अनेक आजारांत, अनेक औषधांच्या वापरामुळेही हा त्रास होतो. जेवल्यानंतर व आडवे झोपल्यावर हा त्रास जास्त जाणवतो. उजव्या कुशीवर आडवे झाल्यास हा त्रास अधिकच तीव्रतेने जाणवतो. यासाठी डाव्या कुशीवर (वाम कुशीवर) झोपण्याचा सल्ला दिला जातो. ओणवे उभे राहण्याने त्रास वाढतो. जड वजने उचलण्याने किंवा जोरात व्यायाम करण्याने उदराच्या पोकळीतील दाब वाढतो. गिळण्याच्या क्रियेने त्रास वाढतो. उलटपक्षी ताठ (सरळ पाठ ठेवून) बसल्याने अथवा एखादे अँटासिड औषध (जठरातील पित्त अथवा आम्ल कमी करणारे) घेतल्याने रुग्णाला आराम पडतो. धोक्याची सूचना अशी, की कधीकधी हृदयविकाराचा झटका आलेला असताना छातीच्या मध्यभागी होणारी वेदना ही आम्लपित्ताने होत असावी, असा ग्रह रुग्ण करून घेऊ शकतो. अशा वेळी छातीच्या जळजळीच्या जोडीला धाप लागणे, नाडीची गती जलद होणे, छातीत धडधडणे, मळमळणे, उलटी होणे किंवा घाम सुटणे ही लक्षणे योग्य निदान सुचवू शकतात. अर्थातच हृदयविकाराची वेदना अँटासिड औषध घेण्याने शमणार नाही. अन्ननलिकेच्या शेवटी एक झडप असते, ती अकार्यक्षम होणे हे असे जठरातील स्राव अन्ननलिकेत जाण्याचे एक महत्त्वाचे कारण असते. अंतर्ग्रंथींच्या स्रावातील बदल, जठराच्या रचनेतील बदल, विशिष्ट प्रकारचे अन्न, काही औषधे यांचा असा परिणाम होतो.

पावलांत बधिरपणा, मुंग्या येणे, आग होणे अशा संवेदना

मुंग्या येणे आणि एखादा भाग बधिर होणे या वेगळ्या तक्रारी असतात. बधिरपणात त्या भागातील संवेदना जातात. मुंग्या येणे ही तक्रार करणाऱ्या व्यक्तीला त्या भागात काहीतरी झणझणाट होत असण्याची संवेदना जाणवत असते. या दोन्ही संवेदना अनेक आजारांत होऊ शकतात. तळपायांची आग होणे ही तक्रार अनेक जणांची असते. विशेषत: रात्री झोप लागण्यापूर्वी असा त्रास होतो. जीभ किंवा तोंडाच्या अस्तराचा दाह झाल्यास तोंडात आग होते. अशी आग काही जीवनसत्त्वांच्या अभावाने होणे संभवते. तळपायांची आग ही तक्रार करणाऱ्या व्यक्तीला, तळपायांवर आणि क्वचित पाऊल किंवा पायांच्या घोट्यांच्या वरच्या भागावर मुंग्या येणे, टाचण्या किंवा सुया टोचत असल्याची भावना होणे, बधिरपणा जाणवणे आणि तळपायांची आग होणे अशापैकी एक अथवा अधिक संवेदना जाणवतात. तळपायांवर ओल्या फडक्याने गारवा आणणे किंवा गार फरशीवर उघड्या पायांनी चालणे अशा उपायांनी तात्पुरते बरेही वाटते. जीवनसत्त्व ब संकुलातील पँटोथिनिक ॲसिड या जीवनसत्त्वाच्या अभावाने अशी तळपायांची आग होते; परंतु असा अभाव होणे हे तळपायांची आग होण्याचे एकमेव कारण नाही. मधुमेह, जीवनसत्त्व ब१२चा अभाव, विविध कारणांनी मज्जातंतूंच्या शिरांचा दाह व झीज आणि लाल रक्तगोलकांची संख्या वाढणे (पॉलिसायथेमिया) अशा आजारांत तळपायांची आग होते. काही जनुकीय दोषांतदेखील या मज्जातंतूंच्या शिरांपैकी संवेदनावाहक शिरांचे कार्य बिघडते. पावलाच्या सुरुवातीला घोट्याच्या खालच्या बाजूला तळपायातून मेंदूकडे संवेदना नेणाऱ्या शिरा असतात. त्या शिरा दाबल्या गेल्या तरी अशी आग होते. असे होण्याचे कारण पावलाच्या आतल्या बाजूने टिबिअल (tibial) ही शीर लासिनिएट (lasiniate) नावाच्या बंधाखालून जाते. तेथे पाणी साचून दाब येतो. या स्थितीवर तुलनेने सोप्या शस्त्रक्रियेने ही आग घालवता येते. एकूणच बधिरपणा, मुंग्या येणे व आग होणे ही लक्षणे मज्जासंस्थेच्या विकारांची असतात. रेस्टलेस लेग सिंड्रोम या विकारातदेखील पावलांची आग होणे संभवते. या आजारावर परिणामकारक उपचार करता येतात.

वार्धक्यातील शारीरिक झीज

वैद्यकक्षेत्रातील प्रगतीमुळे अधिकाधिक व्यक्ती वार्धक्याच्या वयोमर्यादेत पोहोचतात. जागतिक आरोग्य संघटनेच्या व्याख्येनुसार वयाच्या ६५ वर्षांनंतरच्या व्यक्तीला ज्येष्ठ नागरिक संबोधले जावे. सार्वजनिक स्वच्छतेतील सुधारणा, संतुलित आहाराचे वाढते ज्ञान, प्रतिबंधात्मक आरोग्याची जाण, प्रतिजैविकांचा शोध, मधुमेहासारख्या आजारांची शास्त्रशुद्ध देखभाल, स्थूलपणा टाळण्याबद्दलची समाजातील सावधगिरी, धूम्रपानाच्या दुष्परिणामांबद्दल समाजाचे प्रबोधन, नियमित केलेल्या व्यायामाच्या फायद्यांची जाणीव इत्यादींचा या बदलात हातभार आहे. वाढत्या वयात शरीरात काही बदल निसर्गक्रमप्राप्त असतात. वृद्धांचे वजन कमी होऊ लागते. ते एकटे राहत असल्यास त्यांचा आहार संतुलित राहत नाही. विविध आजारांमुळे त्यांना अनेक प्रकारची पथ्ये सांभाळावी लागतात. हालचाल कमी झाल्याने भूक मंदावते. विविध प्रकारच्या चिंतांमुळे या अन्नद्वेषात भर पडते. दातांच्या समस्यांमुळे अन्न नीट चावले जात नाही. आहारातील बदल वृद्धांना मानवत नाही. शरीरातील मेदाचे प्रमाण पाच ते दहा टक्क्यांनी वाढते. परिणामी, शरीरातील पाण्याचे प्रमाण घटते. तहानेची भावनादेखील कमी होते, त्यामुळे शरीरातील पाण्याचे प्रमाण अधिकच घटते. रक्ताच्या तपासणीत सोडिअम या क्षाराची तपासणी १५० किंवा जास्त असेल, तर यावरून शरीरात पाण्याचा अभाव असल्याचे कळू शकते. हाडे ठिसूळ होतात. हा बदल स्त्रियांत अधिक प्रमाणात होतो. अनेक वृद्ध व्यक्ती लघवी जास्त होण्याची (डाययुरेटिक) औषधे घेतात, त्यामुळे सोडिअम क्षार कमी होतो. परिणामी, ते गोंधळतात, अशक्त होतात. त्यांचा रक्तदाब उतरतो. त्यांना तोल सांभाळण्यात अडचणी येतात, ते पडतात व अस्थिभंगाचा धोका खूप वाढतो. रक्तातील पोटॅशिअम कमी झाल्याने अशक्तपणा व थकवा येतो व मलावरोध होतो. वार्धक्यात मूत्रपिंडांची कार्यक्षमता कमी होऊ लागते. रक्तक्षय होतो. संधिवातासारख्या वेदना कमी करण्याकरिता औषधे घेतली जातात, त्यामुळे रक्तक्षय व मूत्रपिंडांचे आजार वाढतात. थायरॉइड ग्रंथींचे कार्य मंदावते. जीवनसत्त्वांचे व प्रथिनांचे अभाव होतात. वार्धक्यात खिन्नता येणे ही नेहमी आढळणारी व्यथा होय. निद्रानाश कायम असतो. थकवा जाणवतो. खिन्नता दूर करण्याकरिता वापरण्यात येणाऱ्या औषधांनी तोंड कोरडे पडते. काचबिंदू होण्याची शक्यता वाढते. लघवी सुटत नाही, मलावरोध होतो. या सगळ्या गोष्टींकडे लक्ष देणे गरजेचे असते.

पचनसंस्था

पोट मोठे होणे

पोटाचा आकार वाढण्याची अनेक कारणे असू शकतात. कधीकधी आजार गंभीर असू शकतो. रुग्णाचे श्वास घेणे व सोडणे कष्टाचे होत असल्यास, श्वसन उथळ होत असल्यास, रुग्णाला लघवी होत नसल्यास किंवा रुग्णाची मानसिकता अयोग्य असल्यास ही स्थिती गंभीर आहे असे समजले पाहिजे. पोटात तीव्र वेदना होत असल्यास किंवा रुग्णाला नुकताच मार लागला असेल, तर तत्काळ रुग्णालयात हलवणे इष्ट असते. रुग्णाच्या पोटावर स्टेथोस्कोपने आत आवाज येत आहेत किंवा नाहीत हे लगेच पाहावे. आवाज न येणे गंभीर आहे. यासाठी किमान पाच मिनिटे ऐकणे आवश्यक असते. अशा रुग्णाचे पोट हलक्या हातानेच तपासले जाणे आवश्यक आहे. पोट जोरात दाबल्याने वेदना वाढेल. रुग्णाला ऑक्सिजन देण्याची किंवा सलाईन लावण्याची आवश्यकता असू शकेल. रुग्ण असा गंभीररीत्या आजारी नसेल, तर रुग्णाची सर्व माहिती प्रथम विचारावी व मग संपूर्ण शरीर आणि पोट तपासले जावे. सामान्यत: पोट फुगण्याच्या किंवा मोठे होण्याच्या कारणात (१) मेदवृद्धी (२) पोटात वायू साचणे (३) उदरात पाणी साचणे (जलोदर) (४) गर्भस्थ राहणे (५) पोटात गाठ होणे ही पाच कारणे नेहमी आढळतात. पोट फुगणे ही अवस्था प्रत्येक वेळी गंभीर नसते. अनेकदा चिंतातुर व्यक्ती नकळत हवा गिळतात, त्यामुळे पोटाच्या डाव्या बाजूला वरच्या भागात फुगवटा दिसतो. आहारात वाटाणा, पावटा, हरभरा किंवा इतर कडधान्ये जास्त येण्यानेदेखील आतड्यांत वायू जमू शकतो. रुग्णाची बाकीची स्थिती कशी आहे यावरून अंदाज बांधणे शक्य होते. उदराच्या पोकळीत चांगल्या प्रकृतीमध्ये शून्य दाब असतो. तो घन (पॉझिटिव्ह) झाला, की उदराच्या पुढचे स्नायू बाहेर ढकलले जातात व पोट फुगलेले दिसू लागते. पोट व शरीर काळजीपूर्वक तपासल्याने वर उल्लेख केलेल्या पाचांपैकी कोणते कारण आहे, हे समजणे कठीण नसते. पोट फुगण्याचे कारण शोधणे महत्त्वाचे असते. उपचार या कारणानुसारच करायचा असतो.

पोट फुगण्याची कारणे

पोटातील अनेक अवयवांपैकी ओव्हरी (स्त्रीबीज कोष) या अवयवाचा कर्करोग हे कारण स्त्रियांमध्ये पाहिले पाहिजे. त्याचप्रमाणे यकृताचा कॅन्सर किंवा स्वादुपिंडाचा कॅन्सर या विकारानेदेखील पोट मोठे होते. हे लक्षण आजार वाढण्याचे असते. अशा वेळी पोटात दुखते. पोट तपासताना हाताला गाठ लागू शकते. रुग्णाला अन्नद्वेष झालेला असतो (भूक लागत नाही), पुष्कळदा कावीळ झालेली असते (डोळे पिवळे होतात). रुग्णाचे वजन कमी होत चालल्याचे समजते. पोटाला मार लागला, तर अकस्मात पोट दुखू लागते आणि फुगते. पोट तपासताना हाताला कडक लागते. सहसा पोटातून येणारे ध्वनी थांबलेले असतात; पण कदाचित ते काही काळापुरते खूप वाढतातही. पोटावर काळेनिळे चट्टे उठलेले दिसतात. जिथे मार लागतो तेथे पोट दुखते. कधीकधी पोट आणि छाती यामधील विभाजक पडद्याला (डायफ्रॅम) दाह होतो. अशा वेळी पाठीला किंवा सांध्यातदेखील दुखू लागते. ओटीपोटात मूत्राशय असते. त्याला मार लागला, तर लघवी मूत्राशयात साचते व ओटीपोट दुखू लागते. यकृताच्या सिऱ्होसिस या आजारात जलोदर होते. पोटावर असणाऱ्या नीला विस्तारतात व पोट तपासून पोटात पाणी असल्याचे कळू शकते. भूक लागत नाही. पोटात तडस लागल्यासारखे दुखते, मळमळते, उलटी व अपचनाची लक्षणे दिसतात. शरीराच्या तपासणीत अनेक ठिकाणी दोष आढळतात. जठराच्या स्नायूंच्या शैथिल्यामुळे पोट दुखू लागते. उदराच्या वरच्या भागात फुगवटा दिसतो. पोटात दुखते, मळमळते. पोट तपासून आत हवा असल्याचे दिसते. सहसा आतड्यांतून येणारे ध्वनी ऐकू येत नाहीत. रुग्ण पांढराफटक दिसू लागतो. हृदयविकारातदेखील पोटात पाणी जमू शकते. तपासून हृदयाचे स्नायू कमजोर झाल्याने रुधिराभिसरणात निर्माण झालेले शैथिल्य समजते. मानेतील नीला फुगतात, पायांवर सूज येते, यकृताचा आकार वाढतो. रुग्णाला धाप लागते. बहुतेक वेळा रुग्ण आडवे पडण्यापेक्षा बसणे पसंत करतात. रुग्णाला थकवा येतो, नखे निळसर दिसू लागतात. तपासणीत हृदयाचा आकार वाढलेला दिसतो.

मूत्राशयात लघवी साचल्यामुळे पोट फुगणे

पोट, विशेषत: पोटाचा खालचा भाग मोठा होण्याचे एक कारण म्हणजे मूत्राशयात लघवी तुंबणे. पोट तपासताना हे ध्यानात येऊ शकते. तपासताना डॉक्टर त्यांच्या डाव्या हाताच्या मधल्या बोटावर उजव्या हाताच्या मधल्या बोटाने ठोकून रुग्णाच्या शरीराची छाती व पोट तपासतात (पर्कशन). निरोगी व्यक्तीचे पोट असे तपासताना तेथे आतील अवयव पोकळ असल्याचा आवाज (टिंपनॅटिक नोट) येतो. मूत्राशय भरलेले असल्यास तो आवाज दबलेला, डब्ब झालेला (डल नोट) येऊ लागतो. मूत्राशयात लघवी बरीच तुंबली, तर तपासताना खालच्या पोटात एक गोळा तपासणाऱ्याच्या हाताला लागतो. कधीकधी मूत्राशय इतके फुगते, की असा गोळा बेंबीपर्यंत आलेला असतो. मूत्राशयात अशी लघवी तुंबलेल्या रुग्णाला, थोडीथोडी सारखी लघवी लागते. थेंबथेंब लघवी होत राहते. घाईने लघवी होण्याची भावना होत राहते. ओटीपोटात अस्वास्थ्य जाणवते. पोट डाव्या बाजूला वरच्या भागात फुगण्याचे एक गंभीर कारण म्हणजे जठर विस्तारणे (ॲक्युट डायलटेशन ऑफ स्टमक), उदराचा छातीकडचा भाग (इपिग्रॅस्ट्रियम) भरलेला असल्याचे रुग्णाला जाणवते, मळमळ होते. वरच्या पोटात अस्वास्थ्य व वेदना जाणवते, उलटी होणे संभवते. पर्कशन केल्यावर आतील अवयव पोकळ असण्याचा आवाज येतो. हलका दाबदेखील वेदना निर्माण करतो. पोटात पाणी आणि हवा एकत्र येऊन हलवल्यावर येतो तसा आवाज पोटाला हलके धक्के दिल्याने येतो (सक्शन स्प्लॅश). सुरुवातीला पोट निरखून पाहिल्यास जठराची हालचाल दिसू शकते. नंतर पोट शांत होते. हालचाल थांबते. रुग्ण फिका पडतो, घाम सुटतो, नाडीची गती जलद किंवा संथ होते. या स्थितीत तत्काळ उपाय करणे आवश्यक असते. हे उपाय रुग्णालयातच करणे इष्ट होय.

हृदयविकारामुळे पोट फुगणे

हृदयविकाराच्या शरीरावरील परिणामांपैकी एक महत्त्वाचा परिणाम म्हणजे पेशींसभोवताली असणाऱ्या पेशीजळात (एक्स्ट्रॉ सेल्युलर फ्लुइड) वाढ होणे. परिणामी सूज येते. अशी सूज जेव्हा आतड्यांच्या सभोवतालच्या अभ्रात (पेरिटोनियम) येते, तेव्हा जलोदर होतो, पोट फुगू लागते. शारीरिक तपासणीत हे सहज कळू शकते. हृदयाचे कार्य नीट चाललेले नाही, हे सुचवणारे बदलदेखील सहज समजू शकतात. मानेतील नीला फुगतात. पावलांवर घोट्याजवळ सूज येते. यकृताचा आकार वाढतो. फुप्फुसाच्या तपासणीत श्वासाबरोबर बुडबुडे आल्याचे (बेसल ऱ्हालस) आवाज पाठीच्या खालच्या भागातून येतात. रक्तदाब व नाडीची गती बदलते. श्वसन जलद होते. रुग्णाला भूक लागत नाही, मळमळते. खोकला येतो. पांढरा किंवा फेसाळ कफ पडतो. हातपाय गार असतात. हलक्या हालचालींनीसुद्धा धाप लागते. हृदयाचा आकार मोठा झालेला लक्षात येतो व तपासताना वेगवेगळे ध्वनी (मर्मर्स) ऐकू येतात. हृदयविकाराची ही वाढलेली व गंभीर अवस्था असते. अशा रुग्णांना रुग्णालयात दाखल करून इलाज करणे इष्ट असते. पोट मोठे होण्याचे दुसरे गंभीर कारण म्हणजे मोठ्या आतड्यातून मळ व हवा पुढे सरकणे बंद होणे (लार्ज बॉवेल ऑबस्ट्रक्शन). असे होण्यापूर्वी मलावरोध होतो. पोट फुगते. आतड्यांची हालचाल जोरात सुरू असल्याचे ध्वनी स्टेथोस्कोपने ऐकल्यास ऐकू येतात. खालच्या पोटात कळ येऊन दुखणे सुरू राहते. उशीर झाल्यास उलटीतून मळ येऊ लागतो आणि पोटातून जाणवणारी हालचाल बंद होते व आतड्याच्या हालचालीचे ध्वनी ऐकू येणे थांबते. अशा रुग्णांवर रुग्णालयात उपचार करणे आवश्यक असते.

गंभीर परिणाम असणारे पोट फुगणे

पोट फुगण्याने जिवाला धोका असण्याचे एक कारण म्हणजे आतड्याला रक्तपुरवठा करणाऱ्या 'मेसेंट्रिक' रक्तवाहिनीत रक्त गोठणे. पोटात जोरात दुखण्याने सुरुवात होते. काही तासांनी पोट फुगू लागते. पोट दुखण्याबरोबर अनेकदा जोरात मलप्रवृत्ती होते (शौचाला जावे लागते). नंतर पोटातील दुखणे सतत सुरू राहते. आता पोट सर्वत्रच दुखते. पोटावर हलका दाब दिला, तर पोट लाकडासारखे कडक झाल्याचे जाणवते (टेंडर रिजिड ॲबडोमेन). थोड्याच वेळात आतड्याच्या हालचालीचे ध्वनी शांत होतात. पोटात उजव्या हाताच्या बाजूने स्टेथोस्कोपने ऐकल्यास आवाज (मर्मर) ऐकू येतात. रुग्णाला मळमळते. उलटी, जुलाब किंवा अवरोध होतो. ताप येतो. नाडीची गती जलद होते. श्वसन भरभर होते. रक्तदाब उतरतो. त्वचा थंड पडते. घाम सुटतो. रुग्णाची स्थिती वेदना जाणवण्याजोगी नसली, तर पोट फुगणे व आतड्यांतून रक्तस्राव होणे एवढेच लक्षण दिसते. हा आजार गंभीर असून त्यावर रुग्णालयातच उपचार केले पाहिजेत. रक्त भरणे, आतड्याला पूर्ण विश्रांती, शिरेतून क्षार व पाणीमिश्रित ग्लुकोज देणे, प्रतिजैविकाची प्रभावी योजना करणे व रक्त गोठू नये याचे उपाय करणे आवश्यक ठरते. इतर अनेक कारणांनीही पोट मोठे होऊ शकते. काळजीपूर्वक केलेल्या शारीरिक तपासणीत अंदाज लागू शकतो. बऱ्याच रुग्णांना देखरेखीखाली ठेवावे लागते. वेळ फार महत्त्वाचा असतो. डॉक्टरांनी लवकरात लवकर पाहणे जरुरीचे असते. याकरिता रुग्णाला हॉस्पिटलमध्ये नेणे आवश्यक असते. पहिले काही तास महत्त्वाचे ठरतात. डॉक्टरांनी घरी येऊन रुग्ण तपासण्याचा आग्रह धरल्यास असा वेळ वाया जाणे शक्य असते, हे लक्षात ठेवावे.

आतडे फुगल्याने पोट मोठे होणे

पोट फुगण्याचे एक गंभीर कारण म्हणजे आतड्यांच्या स्नायूंचे कार्य बंद पडल्याने आतडी फुगू लागतात (पॅरालिटिक आयलिपस). संपूर्ण पोट मोठे होते. पर्कशन केल्यास आत हवा असल्याचा ध्वनी (टिंपनॅटिक नोट) येतो. स्टेथोस्कोपने ऐकल्यास आतड्याच्या हालचालीचे ध्वनी थांबलेले असतात. कधीकधी पोटात सौम्य दुखते. उलटीही होणे संभवते. संपूर्ण अवरोध होतो. सहसा वायूदेखील सरकत नाही. विरोधाभासाने काही वेळा थोडी थोडी पातळ शौचाला (स्यूडो डायरिया) होत राहते. पॅरालिटिक आयलिपसचे एक प्रमुख कारण म्हणजे आतड्यांवर असणाऱ्या पेरिटोरियम या आवरणाचा दाह होणे. असा दाह कधीकधी उदराच्या संपूर्ण पोकळीत असतो, तर कधीकधी एखाद्या विशिष्ट जागेतच असतो. थोड्याच वेळात आतड्याच्या अभ्रात आणि आतड्यात द्राव जमू लागतो. तपासून पोटातील आतड्याच्या अभ्रातील पाणी सहज कळू शकते. पोटाला हलकासा दाब देऊन सोडल्यानंतर वेदना होतात (रिबाउंड टेंडरनेस). आतड्यावरचे आवरण सुजल्यामुळे उदराचे पुढचे स्नायू कडक (ॲबडॉमिनल रिजिडिटी) होतात. पोटात आत्यंतिक कळा येऊ लागतात. आतड्याची हालचाल झाली, तर ही वेदना वाढते. पोटावरची त्वचा ताणल्यासारखी दिसू लागते. स्टेथोस्कोपने ऐकल्यास आतड्याच्या हालचालीचे ध्वनी थांबलेले असतात. रुग्णाला ताप येतो, थंडी वाजते, मळमळते, उलटी होते, नाडीची गती बदलते, रक्तदाब उतरतो, रुग्णाची स्थिती गंभीर असते. अशा रुग्णांना तत्काळ रुग्णालयात दाखल करणे आवश्यक असते.

मोठे आतडे फुगणे

मोठे आतडे फुगते, याचे एक गंभीर कारण म्हणजे एका प्रकारच्या मोठ्या आतड्याच्या स्नायूंची शिथिलता- टॉक्झिक मेगाकोलन. मोठ्या आतड्याच्या अस्तराला जखमा होणे या विकाराला अल्सरेटिव्ह कोलायटिस म्हणतात. अशा रुग्णांत या प्रकारची गुंतागुंत होणे संभवते. हळूहळू पोट मोठे होते. पर्कशन केल्यास आत हवा भरल्याचा आवाज (टिंपनॅटिक नोट) येतो. स्टेथोस्कोपने ऐकल्यास आतड्याच्या हालचालीचे ध्वनी मंद झालेले ऐकू येतात. पोटाचा भाग हलके दाबून सोडल्यानंतर वेदना (रिबाउंड टेंडरनेस) जाणवते. पोटात दुखते. पोटावर दिलेला दाब नकोसा वाटतो. नाडीची गती जलद होते. रुग्णाच्या शरीरातील पाणी कमी झाल्याची लक्षणे (डीहायड्रेशन) दिसू लागतात. या स्थितीत रुग्णाला रुग्णालयात दाखल करून उपचार करणे आवश्यक असते. लहान आतड्यातून प्रवाह होणे बंद झाले (स्मॉल बॉवेल ऑब्स्ट्रक्शन) तरी पोट दुखू लागते. हीदेखील एक गंभीर स्थिती असते. लहान आतड्याच्या शेवटच्या भागात असे घडते, तेव्हा आणखीच गंभीर परिस्थिती उद्भवते. स्टेथोस्कोपने ऐकल्यास आतड्याच्या हालचालीचा ध्वनिनाद मोठ्याने ऐकू येऊ लागतो. कालांतराने हे ध्वनी शमतात. पर्कशन केल्यास आत हवा असल्याचा ध्वनी येतो. बेंबीजवळ पोटात कळा येतात. मलावरोध होतो. मळमळते, उलटी होते. दाब दिला व सोडल्यावर वेदना झाल्यास, लहान आतड्याचा रक्तपुरवठा नीट होत नसावा, अशी शंका घेता येते. रुग्णाला खूप थकवा जाणवतो व शरीरातून पाणी कमी झाल्याचे दिसते. या रुग्णांना रुग्णालयात नेणे आवश्यक असते.

पोटात गाठ होणे

पोट तपासताना पोटात असणारी गाठ तपासणाऱ्याच्या हाताला लागते. पोटातील एखाद्या अवयवाची वाढ होणे, पोटात नव्याने पेशी वाढून गाठ जमणे, पोटात गळू होणे, रक्तवाहिन्यांतील दोष अथवा मळ यापैकी कशानेही गाठ बनू शकते. पोटात महारोहिणीला आलेला फुगवटा (एऑर्टिक ॲन्युरिझम) अनेक वर्षे राहू शकतो. बेंबीच्या जवळचा पोटाचा भाग नाडीप्रमाणे स्पंदन पावतो आणि स्टेथोस्कोपने ऐकल्यास त्यावर पाणी वाहत असल्यासारखा आवाज (मर्मर) येतो. हळूहळू हा फुगवटा आकाराने मोठा होतो. त्याचा सर्वात वाईट धोका म्हणजे तो फुटतो. तो मोठा झाल्यावर वरच्या पोटात आणि पाठीत दुखू लागते. हा फुगा फुटल्यास पोटात प्राणांतिक वेदना होऊ लागतात. पाठीत कळा येतात. एकदा हा फुगा फुटला की त्यातून येणाऱ्या नाडीसारख्या स्पंदनाची जाणीव होत नाही. कमरेखाली त्वचेवर काळेनिळे डाग उठू लागतात. जांघेत व पावलाजवळ लागणारी नाडीची स्पंदने लागेनाशी होतात. पायात रक्तदाब मोजला, तर तो खूपच कमी झालेला आढळतो. पोटावर हलका दाब दिला तरी दुखते. थोड्याच वेळात रुग्णाची स्थिती गंभीर होते. रक्तदाब उतरतो. नाडीची गती जलद होते. अंग घामाने डबडबते. हातपाय गार पडतात. भान हरपू लागते. अशा वेळी रुग्ण शॉकमध्ये गेला, असे म्हटले जाते. ही स्थिती अर्थातच गंभीर असते. अतिदक्षता विभागात अद्ययावत उपकरणांच्या साह्याने तज्ज्ञ अनुभवी इन्टेसिव्हिस्ट डॉक्टर्स आणि व्हास्युकर सर्जन्स यांच्या सेवा उपलब्ध असतील, तेथेच उपचार शक्य असतात. ॲन्युरिझमचा उपचार तो पाच सेंटिमीटर असतो, तेव्हा करणे इष्ट होय.

पोट फुगणे, हाताला गाठ लागणे

मूत्राशय तुंबले, तर ओटीपोटात गोल सफाईदार गोळा लागू लागतो. कधीकधी दुर्लक्ष झाल्याने मूत्राशय बेंबीपर्यंत फुगू शकते. पोटाच्या खालच्या भागात अस्वास्थ्य आणि वेदना जाणवतात. सारखे लघवीला जावे, अशी भावना येऊ लागते. लघवीला घाई होते. पित्ताशय फुगले, तर उजवीकडे फासळीखाली काहीसा टणक केळीच्या आकाराचा गोळा लागतो. पित्ताशयात असणारा खडा आतड्यात जाताना बाईल डक्टमध्ये अडकतो व कावीळ होते. अशी बाईल डक्ट बंद होणे हे तेथील कर्करोगानेदेखील होणे संभवते. पित्ताशयात खडे असले तर पित्ताशयाचा वारंवार दाह झाला असण्याचा संभव असतो. अशा वारंवार झालेल्या दाहामुळे पित्ताशय आकुंचन पावते व हाताला फुगलेल्या पित्ताशयाचा गोळा लागत नाही. उलटपक्षी कॅन्सरमध्ये पित्ताशय चटकन फुगते व हाताला गोळा लागतो. कावीळ झालेल्या व्यक्तीच्या पोटात उजवीकडे फासळ्यांखाली असा गोळा हाताला लागणे हे पित्ताशयापासून आतड्यात पित्त नेण्याच्या नलिकेच्या कॅन्सरचे लक्षण मानले जाते. पित्ताशय फुगल्याने पोटात उजवीकडे वरच्या भागात वेदना होतात. कधीकधी हे दुखणे उजव्या खांद्यात, छातीत अथवा पाठीमागेही जाणवते. पित्ताशयात जीवाणू जाऊन दाह होतो, तेव्हा रुग्णाला थंडी वाजून ताप येतो. भूक लागेनाशी होते. मळमळ होते, उलट्या होतात. पित्ताशयाला झालेल्या दाहामुळे जेवणाखाण्यानंतर एक ते सहा तासाने पोट दुखू लागते. उजवीकडे वरच्या पोटात गाठ लागणे, हे यकृताच्या कर्करोगाचे देखील लक्षण असू शकते. कोणत्याही कारणाने यकृताचा आकार वाढला, तरी पोटात वरच्या व उजव्या बाजूला हाताला गाठ लागू शकते.

पोटात गाठ होणे

मोठ्या आतड्याच्या कर्करोगात तपासताना हाताला गाठ लागणे ही बऱ्याच उशिरा घडणारी गोष्ट होय. सहसा अशा रुग्णांना आपल्या मलविसर्जनाच्या सवयीत बदल होत असल्याचे जाणवू लागते. नियमित शौचाला होणाऱ्या व्यक्तीला अवरोध व जुलाब आलटूनपालटून होऊ लागले किंवा अवरोध होऊ लागला, रक्तक्षय झाला, पोट डंबारले (फुगले), शौचावाटे रक्त पडू लागले, की मोठ्या आतड्याच्या आजाराची शंका घेणे रास्त ठरेल. लहान आतडे जिथे मोठ्या आतड्याला मिळते तिथे सूज येणे, हा प्रकार क्रोन्स डिसीज नावाच्या आजारात घडतो. खालच्या पोटात, सहसा उजवीकडे केळीसारखी गाठ हाताला लागते. पोट दुखते आणि रुग्णाला वारंवार जुलाब होतात. ताप येतो, भूक मंदावते, वजन घटते, सांधे दुखतात, तोंडात जखमा होतात, शौचाच्या जागेवर गळवे होतात. क्रोन्स डिसीज नेमका का होतो, याचे कारण कळलेले नाही. आपल्या आतड्यात नेहमी असणारे (उपकारक) जीवाणू बदलणे, प्रतिकारशक्तीमध्ये घट होणे, आनुवंशिकता इत्यादींचा हातभार लागत असावा. मूत्रपिंडाचा आकार वाढणे हेदेखील पोटात गोळा अथवा गाठ हाताला लागण्याचे कारण असते. पाठीत किंवा पोटात दुखणे, लघवीतून रक्त जाणे, लघवी करताना त्रास होणे असे त्रास असू शकतात. मूत्रपिंडाचा कॅन्सरही पाच प्रकारे पोटात गाठ निर्माण करू शकतो. त्याचप्रमाणे प्लीहा (स्प्लीन) वाढण्याने पोटात गाठ होते. प्लीहा वाढण्याच्या कारणात मलेरिया, यकृताचा सिऱ्होसिस, काही प्रकारचे रक्तदोष आणि रक्तपेशींचे कर्करोग महत्त्वाचे ठरतात. शरीराची व रक्ताची तपासणी आवश्यक असते. गर्भाशयाच्या गाठी पोट तपासताना क्वचितच हाताला लागतात.

अन्नद्वेष : भूक मंदावणे

शरीराला अन्नाची गरज असतानाही अन्न घ्यावेसे न वाटणे म्हणजे अन्नद्वेष. जठरादी पचनसंस्थेतील अनेक अवयवांचे आजार, अंतर्ग्रंथींच्या स्रावातील बिघाड व चयापचयातील दोष, काही मानसिक विकृती, चिंता, रेंगाळलेली वेदना, दात किंवा हिरड्यांच्या अस्वच्छतेतून निर्माण झालेली अवस्था, कोणत्याही कारणाने आलेला ताप, वातावरणातील उष्णता आणि वार्धक्याबरोबर आलेली चव आणि गंध समजण्यातील क्षीणता या साऱ्या घटनांनी अन्नाची इच्छा मावळते. याखेरीज औषधांचा परिणाम म्हणून अथवा मद्यासारख्या, अफू, गांजा या रासायनिक रेणूंच्या गैरवापराने अन्नद्वेष होतो. अल्पकाळ टिकलेल्या अन्नद्वेषाने क्वचितच प्रकृतीला हानी होते; परंतु दीर्घकाळ रेंगाळलेला अन्नद्वेष हानिकारक असतो, अस्तित्वाला धोका निर्माण करू शकतो. भूक न लागणे व अन्नाचे सेवन कमी होणे यांचा बाहेरून दिसू शकणारा परिणाम म्हणजे शरीराचे वजन घटणे हा होय. एक महिन्यात साडेचार किलोहून अधिक वजन कमी होणे हेदेखील दखलपात्र अन्नद्वेषाचे लक्षण होय. असे असल्यास रुग्णाची संपूर्ण मनोशारीरिक तपासणी आवश्यक आहे.

भूक न लागण्याची कारणे : गॅस्ट्रायटिस

भूक न लागण्याच्या शारीरिक कारणांमध्ये जठर आणि यकृत या अवयवांचा विचार प्रथम करावा लागतो. जठराच्या अस्तराचा दाह (गॅस्ट्रायटिस) अनेक कारणाने होऊ शकतो. असा दाह अकस्मात होण्यामागे (acute gastritis) काही औषधांचे सेवन, मद्यपान, कर्करोगाच्या उपचाराकरिता वापरलेली किमोथेरपी आणि रेडिएशनची उपचारपद्धती, काही जीवाणू आणि विषाणूंमुळे झालेला जठराच्या अस्तराचा दाह अशी काही कारणे असतात. थोडे अन्न जरी घेतले, तरी रुग्णाला उदराच्या वरच्या भागात अस्वास्थ्य जाणवते, मळमळते, उलटी होते, उलटीच्या वेळी काही वेळा रक्त पडू शकते. रुग्णाला ताप येतो, ढेकर येऊ लागतात, उचक्या लागतात, थकवा जाणवतो. अशा वेळी रुग्णाने धूम्रपान, मद्यपान, ॲस्पिरिन असणारी वेदनाशामक औषधे घेणे तत्काळ बंद करणे जरुरीचे आहे. शौचाचा रंग नोंदवावा, शौचास डांबरासारखे काळे होणे हे जठरातून होत असणाऱ्या रक्तस्रावाचे लक्षण होय. काही वेळा जठराला पूर्ण विश्रांती देण्याकरिता रुग्णास रुग्णालयात दाखल करून तोंडाने अन्न घेणे थांबवावे लागते. अशा रुग्णाला शिरेतून सलाईन देणे गरजेचे असते. थंड दूध, नरम भात, दूधभात, तूपभात, उकडलेल्या गरांच्या भाज्या, अधिक पिकलेली गरांची फळे सेवन करणे चांगले. हळूहळू नेहमीचे अन्न घेता येईल.

भूक न लागणे : क्रॉनिक गॅस्ट्रायटिस

जठराच्या अस्तराचा दीर्घकाळ चालू राहिलेला दाह चटकन लक्षात येत नाही. या आजाराची सुरुवात हळूहळू होते. बरीच वर्षे मद्यपान आणि धूम्रपान करणाऱ्या व्यक्तींमध्ये हा आजार प्रामुख्याने आढळतो. या आजारातील अन्नद्वेषामुळे व्यक्तीच्या शरीरावर कुपोषणाची चिन्हे दिसू लागतात. मद्यपानामुळे यकृताच्या पेशी अकार्यक्षम होऊ लागतात. परिणामी रक्तातील प्रथिनांचे प्रमाण घटते, तसेच पायावर सूज येते, पोटात पाणी होते (जलोदर), कावीळ होते. खांद्यावर व छातीवर लाल कोळ्यांसारखे डाग उठतात (स्पायडर नीव्हाय - spider nevii), मद्यपानामुळे हातापायांतील मज्जातंतूंच्या शिरांना अपाय होतो, त्यामुळे हातापायांना मुंग्या येतात, हातपाय बारीक होतात व अशक्त होतात (पेरिफेरल न्यूरायटिस peripheral neuritis). जठराच्या अस्तराचा इतर रासायनिक रेणूंमुळेदेखील दाह होतो. दमा नियंत्रणात ठेवण्यासाठी नेहमी वापरले जाणारे औषध एफिड्रीनही (ephedrine) असा परिणाम घडवू शकते. हृदयाचे काम सुधारण्याकरिता वापरण्यात येणाऱ्या डिगॉक्सिन (digocin) या औषधाचा दीर्घकाळ वापर केल्यानेही अन्नद्वेष होतो. हॉस्पिटलमध्ये काही रुग्णांना बरेच दिवस शिरेतून ग्लुकोज देत राहावे लागते. अशा रुग्णांनादेखील अन्नद्वेष होतो.

अन्नद्वेषाची कारणे व शरीराच्या अन्य भागांतील आजार

एड्स या आजारात शरीरात अनेक ठिकाणी जीवाणू व विषाणूंमुळे दाह होतो व कॅन्सर होऊ शकतो. एड्सच्या रुग्णाची भूक त्यामुळे जाते. असे रुग्ण चटकन थकतात. दुपारी व संध्याकाळी त्यांना ताप येतो, रात्री घामाने डबडबून जातात. त्यांना वारंवार जुलाब होत राहतात, खोकला येतो. लसिका ग्रंथी वाढतात, तोंडात बुरशी वाढल्याने पांढऱ्या गोलकाचे (स्पोअर्स) पुंजके जागोजागी जमतात. हिरड्या सुजतात, त्यांतून रक्त येते, त्वचेवर नागिणीचे चट्टे उठू लागतात. रक्ताच्या तपासणीवरून एड्सचे निदान करता येते. प्रभावी उपचारांनी आजार ताब्यात ठेवता येतो. मूत्रपिंडाच्या आजाराची परिणती मूत्रपिंडाचे कार्य न होण्यात होते. अशा रुग्णांना (chronic renal failure) अन्नद्वेष होतो. त्यांना मळमळते, उलट्या होतात, तोंडात जखमा होतात, उच्छ्वासावाला 'अमोनिया'ची दुर्गंधी येते. रुग्णाला चव नीट लागत नाही (metalic taste). जठरातून रक्तस्राव होऊ लागतो. जुलाब होतात. रुग्णाला सतत झापड येते. मन गोंधळते. हातापायाला कंप सुटतो, त्वचा कोरडी पडते, कंड सुटते, केस गळतात, अंगावर सूज येते. मूत्रपिंडाचे कार्य जीवनाला आवश्यक आहे. अकार्यक्षम मूत्रपिंडाचे काही काम डायलिसिसने भागू शकते. मूत्रपिंडे निकामी झाल्यास दुसऱ्या निरोगी माणसाचे मूत्रपिंड बसवणे (renal transplant) हा एकच पर्याय उरतो.

अन्नद्वेष : अंतर्ग्रंथींचे आजार

अनेक अंतर्ग्रंथींच्या आजारांत भूक न लागणे ही रुग्णाची एक प्रमुख तक्रार असते. मूत्रपिंडाच्या वरच्या बाजूला सुप्रारीनल ग्रंथी (suprarenal adrenal) असतात. या ग्रंथींचे काम न झाल्यास हळूहळू रुग्णाला भूक लागेनाशी होते (adrenocortical hypofunction). वजन कमी होत जाते. मळमळते, उलटी होते, पोटात दुखते, जुलाब होतात, थकवा जाणवतो, अशक्तपणा आणि निरुत्साह बळावतो. त्वचेवर पांढरे डाग (कोडासारखे) दिसू लागतात. त्वचा काळवंडते, त्वचेवर पांढुरके चट्टे (striae) उठू लागतात. सर्व अंतर्ग्रंथींचा ताबा मेंदूच्या तळाशी असणाऱ्या पिट्युटरी (pituitarism) ग्रंथीत असतो. जेव्हा पिट्युटरी ग्रंथीचे कार्य क्षीण होत जाते, तेव्हा (chypopituitarism) हळूहळू भूक मंदावते. जननक्षमता कमी होते, मासिक पाळी थांबते, मिलनोत्सुकता मंदावते (decreased libido). थकवा येतो. गारठा सहन होत नाही. त्वचा कोरडी पडते. रक्तदाब कमी होतो. थायरॉईड ग्रंथीचे काम कमी होण्यानेदेखील भूक मंदावते. तथापि विरोधाभासात वजन वाढते, मलावरोध होतो, गारठा नकोसा वाटतो, त्वचा कोरडी पडते, अंगावर सूज येते, आवाज बसतो, नाडीची गती संथावते. चालताना तोल जातो (ataxia). रक्ताच्या तपासणीवरून निदान करता येते व उपचाराला हा विकार दाद देतो.

पचनसंस्थेचे विकार आणि तोंड येणे

पचनसंस्थेचे कार्य अन्न दृष्टीसमोर येण्यापूर्वीच सुरू होते. अन्नाचा सुगंध किंवा नुसता अन्नाचा विचार पचनसंस्थेचे कार्य सुरू करण्यास पुरेसा असतो. विशेषतः लाळ सुटण्याचे कार्य अन्न ग्रहण करण्यापूर्वीच सुरू होते. अन्न तोंडात गेल्यावर दातांनी अन्नाचे चर्वण होते. लाळेमध्ये असणाऱ्या विकरांच्या (एन्झाइम्सच्या) कार्यांमुळे अन्नघटकांचे सूक्ष्म रेणूंत रूपांतर होऊ लागते. लाळेत अमायलेज नावाचे विकर असते, ते स्टार्च या कर्बोदकाचे विघटन करते. लाळेतील पाणी काही अन्नघटकांना विरघळवते. जिभेच्या कार्याने मऊ झालेल्या अन्नाचे गिळण्यास सुलभ असे घास बनतात. ओठ, जीभ, तोंडाचा वरचा भाग व पडजीभ, दात आणि हिरड्या मिळून तोंड बनते. या प्रत्येक भागाचे विशिष्ट कार्य असते. जिभेमुळे आपल्याला चव समजते हे सर्वविद् आहे. माणसाला १० हजार प्रकारच्या अन्नांची चव चाखता येते. बोलण्यात तोंड व जीभ किती महत्त्वाची कार्ये करतात हे आपण जाणतो. तोंडाच्या आतील अस्तर सदैव ओलसर ठेवले जाते. हे कार्य लाळ तयार करणाऱ्या व स्रवणाऱ्या लाळेच्या ग्रंथी अहोरात्र करत असतात. दातांची काळजी घेणे आवश्यक आहे; अन्यथा हिरड्या सुजतात व दात किडतात. तोंडाला दुर्गंधी येऊ लागते. अन्न नीट चावले गेले नाही तर ते पचत नाही. नियमित दात घासणे आणि चुळा भरणे प्रकृतिस्वास्थ्याला आवश्यक असते.

तोंडातील काही आजार

जिभेवर अथवा हिरड्यांवर किंवा तोंडात कोठेही पांढरा चट्टा पडतो, त्याला ल्यूको प्लाकिया म्हणतात. असा चट्टा येण्याचे कारण तेथील पेशी व उती जाड होतात. असा चट्टा कधीकधी गंभीर आजाराचे रूप धारण करतो. उदाहरणार्थ, कॅन्सर. असा चट्टा विविध कारणांमुळे येऊ शकतो. एखाद्या दाताचा धारदार भाग सतत घासत राहणे, कवळी तुटल्यामुळे जिभेला किंवा हिरडीला दाह होणे. तंबाखूचे कोणत्याही प्रकारे सेवन आणि मद्यपान हीदेखील महत्त्वाची कारणे होत. मूत्रपिंडाचे कार्य नीट न होणे, ल्यूपस नावाचा संधिवातासारखा आजार, लायकन नावाचा त्वचेचा आजार हीदेखील कारणे लक्षात घ्यावी लागतात. ल्यूको प्लाकियाचा चट्टा हळूहळू अवतरतो. त्या चट्ट्याचा रुग्णाला म्हणावा तेवढा त्रास जाणवत नाही. चट्टा कालांतराने कडक बनतो व खरखरीत होतो. तोंडात कोठेही पडलेला चट्टा दोन आठवड्यांच्या आत बरा झाला नाही, तर आपल्या डॉक्टरांचे मत घ्यावे. चट्टा होण्याचे कारण सापडून ते दुरुस्त केल्यावरही चट्टा गेला नाही, तर तेथील छोटा तुकडा काढून त्याची तपासणी (बायोप्सी) करणे इष्ट असते. तोंडाच्या आत इतर आजारही होऊ शकतात. कॅन्सर हा घातक आजार आहे, पण कॅन्सर नसणाऱ्या गाठीपण होऊ शकतात. निश्चित निदान लवकरात लवकर होणे आवश्यक आहे.

अन्ननलिका

दातांनी चावून मऊ केलेला घास तोंडातून अन्ननलिकेत घशातून प्रवेश करतो. असा घास अन्ननलिकेत प्रवेश करताना श्वासनलिका (ट्रॅकिया) पूर्णपणे झाकली जाते, त्यामुळे अन्नाचे कण श्वासनलिकेत प्रवेश करू शकत नाहीत. अन्ननलिकेतील स्नायू प्रभावी लाटा निर्माण करतात. या लाटांमुळे अन्नाचे घास जठराकडे ढकलले जातात. अन्ननलिकेच्या खालच्या टोकाला स्नायूंची एक गोलाकार चकती असते. वरून अन्न आले की हे स्नायू शिथिल होतात. हे स्नायू अकार्यक्षम झाले तर जठरातील आम्लयुक्त पाचकरस जठरातून अन्ननलिकेत उलटून येतात. अन्ननलिकेच्या अस्तराचा दाह होतो. अन्ननलिका आकुंचन पावते. अन्ननलिकेच्या अशा आकुंचनामुळे छातीत 'जळजळ' झाल्याची भावना होते. याला अनेकदा 'अपचन झाले' असे रुग्ण म्हणतात. वास्तविक पचनाची खरी क्रिया लहान आतड्यात होते व लहान आतड्याच्या अकार्यक्षमतेने पचनात दोष निर्माण होतात. अन्ननलिकेच्या अस्तराच्या दाहामुळे तोंडात कडवट चव जाणवते आणि पोटाचा वरचा भाग 'फुगल्यासारखा' जाणवू लागतो (bloated feeling). धूम्रपान करणाऱ्यांना व स्थूल व्यक्तींना अन्ननलिकेच्या अस्तराचे दाह वारंवार होतात. वार्धक्यात हे त्रास होण्याची शक्यता जास्त असते. ॲसिडिटी कमी करण्याच्या उपायांनी बऱ्याच वेळा बरे वाटते.

गॅस्ट्रो-इसोफेजिअल-रिफ्लक्स डिसीज

अन्ननलिकेच्या शेवटी असणारी झडप अकार्यक्षम झाल्यामुळे जठरातील आम्लयुक्त स्राव वारंवार अन्ननलिकेत येण्याने गॅस्ट्रो-इसोफेजिअल-रिफ्लक्स डिसीज होऊ लागतो. ही झडप अन्नाचा घास जठरात गेल्यावर बंद होणे आवश्यक असते. ती झडप उघडीच राहिली, की जठरातील आम्ल अन्ननलिकेत (उलट्या दिशेने) शिरू लागते. अन्ननलिकेच्या अस्तराचा दाह होतो, छातीत जळजळ होते. जेवणानंतर आडवे पडण्याने त्रास जास्त होतो. त्रास प्रथम छातीत जाणवतो, मग मानेत व हातातदेखील जाणवू लागतो. असाच त्रास हृदयविकाराचा झटका आल्यानेही होतो. अन्ननलिकेतून घशात आम्ल गेल्याने घसा खराब होतो. कोरडा खोकला येऊ लागतो. रात्री कोरडा खोकला येत राहण्याचे हे एक प्रमुख कारण असू शकते. घशाचा सतत दाह होत राहिल्याने 'घशात गोळा आला,' अशी भावना रुग्णाला येते. गर्भवती स्त्रियांमध्ये आणि पोट सुटलेल्या स्थूल व्यक्तींना हा त्रास वारंवार होतो. धूम्रपान, मद्यपान करणाऱ्यांना; पान, तंबाखू व मसालेदार अन्न घेणाऱ्यांना, चहा-कॉफीचा अतिरेक करणाऱ्यांना, तळलेले पदार्थ वारंवार सेवन करणाऱ्यांना हा आजार अधिक प्रमाणात होताना आढळतो. अन्ननलिकेचा असा वारंवार दाह होणे हे अन्ननलिकेचा कॅन्सर होण्याचे एक कारण असू शकते.

हयाटस हर्निया

छाती आणि पोट यांच्यामध्ये एक स्नायूंचा पडदा असतो, त्याला विभाजक पटल (डायफ्रॅम) म्हणतात. या पडद्यातून अन्ननलिका छातीतून पोटात जठराला जोडली जाते. ज्या मोकळ्या जागेतून अन्ननलिका विभाजक पटलातून जाते, ती जागा काही कारणांनी मोठी झाली, तर पोटातून जठराचा काही भाग छातीत वर जातो, याला हयाटस हर्निया म्हणतात. या हयाटस हर्नियामुळे अन्ननलिकेच्या खालच्या टोकाला असणाऱ्या झडपेचे कार्य नीट होऊ शकत नाही. परिणामी जठरातील आम्ल अन्ननलिकेत वारंवार उलट्या दिशेने वर जाऊ लागते. हा प्रकार रात्री किंवा दिवसा व्यक्ती आडवी पडली म्हणजे अधिक प्रमाणात होतो. असा हर्निया जन्मजात असू शकतो. स्थूल व्यक्तीमध्ये आणि धूम्रपान करणाऱ्या व्यक्तीमध्ये हयाटस हर्नियाचे प्रमाण वाढलेले आढळते. प्रतिकारशक्ती कमी झालेल्या व्यक्तींमध्ये अन्ननलिकेचा दाह होण्याचे प्रमाण वाढलेले असते. असा प्रकार 'एचआयव्ही' विषाणूंमुळे ग्रस्त व्यक्तीतही होतो. ज्या व्यक्तींना किमोथेरपी दिली जाते, त्यांनादेखील अशी बाधा होते. प्रतिकारशक्ती कमी झाल्याने अन्ननलिकेवर जीवाणू, विषाणू किंवा बुरशी हल्ला चढवतात व आजार होतो. गिळता येत नाही. छातीत जळजळते. अन्ननलिकेचा दाह झालेल्या व्यक्तींनी थोडेथोडे खावे. मऊ, बिनतिखटाचे पदार्थ घ्यावेत. मद्यपान, धूम्रपान, चहा, कॉफी, मसालेदार पदार्थ, कच्चा कांदा, लसूण, मिरची, धने, दाह करणारे पदार्थ टाळावेत.

अन्ननलिकेचा कॅन्सर

अन्ननलिकेचा कॅन्सर नेमका कोणत्या ठिकाणी झाला आहे आणि त्याचा आकार किती मोठा आहे या दोन गुणधर्मांवरून छातीत जळजळ होणे ठरते. सहसा अन्ननलिकेच्या कॅन्सरची सुरुवात अन्न गिळण्यास होणाऱ्या त्रासाने होते. रात्रीच्या वेळी अन्ननलिकेतून अन्न व पाचकरस उलटून घशाशी येऊ लागतात. यातला काही भाग चुकून श्वासनलिकेत शिरतो, त्यामुळे कोरड्या खोकल्याचा ठसका लागू शकतो. हळूहळू अन्न खाली उतरेनासे होते. परिणामी, शरीराला अन्न मिळेनासे झाले की वजन कमी होऊ लागते. छातीत पुढे व पाठीत जळजळ, आग व वेदना जाणवू लागते. घसा खराब झाल्याची भावना येऊ लागते. आवाज बसतो, मळमळ होऊ लागते, उलटी येते आणि छाती गच्च झाल्याची भावना येते. अन्ननलिकेच्या इतर आजारांतदेखील छातीत जळजळ होणे संभवते. यामध्ये जठरातून अन्ननलिकेत उलट्या दिशेने जठरातील पाचकरसाचा प्रवाह होणे, हे एक महत्त्वाचे कारण असते. गॅस्ट्रो-इसोफेजिअल-रिफ्लक्स डिसीज या आजारात छातीत मोठ्या प्रमाणात जळजळ होत राहते. काही विशिष्ट प्रकारच्या अन्नघटकांनी हा त्रास विशेष जाणवतो. व्यक्ती आडवी झोपली किंवा उजव्या कुशीवर झोपली तर त्रास वाढतो. पुढे वाकले, ओणवे उभे राहिले, तर त्रास वाढतो. छातीत दुखते. मानेकडे किंवा खांद्याकडे ते दुखणे जाते.

अन्ननलिकेचा कॅन्सर

अन्ननलिकेचा कॅन्सर स्त्रियांपेक्षा पुरुषांत जास्त प्रमाणात होताना आढळतो. धूम्रपान, अतिरेकी मद्यपान करणाऱ्या व्यक्तींमध्ये आणि गॅस्ट्रो-इसोफेजिअल-रिफ्लक्स डिसीज असणाऱ्या व्यक्तींना हा कॅन्सर होण्याची शक्यता वाढते. सुरुवातीला फारसा त्रास जाणवणारही नाही, पण जसा आजार वाढतो तसा अन्न गिळण्याला त्रास होऊ लागतो. त्यातही घट्ट पदार्थ घेणे प्रथम त्रासदायक ठरते, नंतर प्रवाही पदार्थ गिळतानासुद्धा त्रास होतो. रुग्णाचे वजन कमी होऊ लागते. आजार वाढल्यावर अन्न व लाळ अन्ननलिकेतून उलटून घशात येऊ लागते. रात्री झोपेत आणि नंतर दिवसा जागेपणीदेखील उलटून वर आलेले अन्नाचे कण घशातून श्वासनलिकेत व फुप्फुसात जाऊ लागतात, त्यामुळे सारखा ठसका लागतो आणि वारंवार न्यूमोनिया होतो. अन्ननलिकेची एण्डोस्कोपी करून आजार कोठे असावा याचा अंदाज येतो. तेथून तुकडा काढून तपासणी करून निदान निश्चित करता येते. निदान नक्की झाल्यावर, शस्त्रक्रिया किमोथेरपी आणि रेडिएशन यांच्या मिश्रणाने उपचार केला जातो. याचा निर्णय उपचार करणारे ऑन्को सर्जन घेतात. अन्ननलिकेचा कॅन्सर बऱ्याच वेळा लक्षात येतो तेव्हा उशीर झालेला असतो, त्यामुळे उपचारांना यश क्वचितच मिळते, हे दुर्दैव.

अन्ननलिकेचे काही आजार

अन्ननलिकेतील स्नायूंचे विशिष्ट क्रमाने आकुंचन व प्रसरण झाले तरच गिळलेले अन्न पोटात–जठरात जाते. कधी हा क्रम चुकतो. स्नायू भलत्याच ठिकाणी, भलत्याच वेळी आकुंचन पावतात. रुग्णाच्या छातीत जोरात कळ येते. अन्न किंवा पाणी गिळले जात नाही. याला इसोफिजिअल स्पॅजम (esophageal spasm) म्हणतात. अन्ननलिकेच्या खालच्या टोकाचे स्नायू असे आकुंचित स्थितीतच राहिले तर अन्न जठरात उतरत नाही. याला ॲकेलिजिया कार्डिया (achalaasia cardis) म्हणतात. अन्न अन्ननलिकेतच साचून राहते, तेथे ते अर्धवट कुजते. असे कुजके अन्न घशात येते. तोंडाला व श्वासाला दुर्गंधी येऊ लागते. अन्ननलिकेचे असे वेडेवाकडे आकुंचन का व्हावे, याचे निश्चित कारण बहुतेक वेळा कळत नाही. कॅलशम चॅनेल ब्लॉकर्स या प्रकारच्या औषधांचा स्पॅजमवर चांगला उपयोग होतो. हृदयविकारात वापरली जाणारी नायट्रेट्स प्रकारची औषधेदेखील परिणामकारक ठरतात. नेफिडिपीन किंवा सॉर्बिट्रेट या नावाने मिळणारी औषधे जिभेखाली चघळण्याने तत्काळ परिणाम होतो. ॲकेलेजिया या आजारात अन्ननलिकेत एक रबरी फुगा सोडून तो फुगवतात, यामुळे अन्ननलिकेचा खालचा भाग ताणला जातो व रुग्ण बरा होतो. हे काम तज्ज्ञ डॉक्टरच करू शकतात. सर्व उपाय करूनही फायदा झाला नाही, तर शस्त्रक्रिया करता येते.

इरिटेबल बॉवेल सिंड्रोम (IBS)

इरिटेबल बॉवेल सिंड्रोम हा एक नेहमी आढळणारा आजार आहे. पोटात खूप दुखणे, जुलाब होणे, पोट फुगणे ही या आजाराची प्रमुख लक्षणे होत. पौगंडावस्थेतून तारुण्यात जाणाऱ्या मुलींमध्ये याचे प्रमाण जास्त आढळते. एकूण समाजात २० ते २५% मुली या आजाराने ग्रस्त असाव्यात. हा आजार नेमका का होतो, हे वैद्यकशास्त्राला अद्याप उमगलेले नाही. आतड्यांच्या हालचाली ज्या स्नायूंमुळे होतात, त्या स्नायूंमध्ये आणि या स्नायूंना चालना देणाऱ्या ज्ञानतंतूंच्या शिरांमध्ये झालेल्या बदलांमुळे हा विकार होत असावा, त्यामुळे आतड्यांची हालचाल आणि आतड्यांतून येणाऱ्या संवेदना यांत अतिरेकी कार्य होत असावे, असा समज आहे. ओटीपोटात दुखणे, पोट फुगण्याची भावना येणे, मधूनच जुलाब तर कधी मलावरोध होणे, शौचावाटे आव पडणे (परंतु रक्त न पडणे), मलप्रवृत्तीनंतर (शौचास गेल्यानंतर) पोट साफ न झाल्याची भावना येत राहणे, अशा तक्रारी रुग्ण करतो. मलप्रवृत्तीनंतर थोडा वेळ रुग्णाला बरेही वाटते. मळमळणे, चक्कर येणे अशाही तक्रारी संभवतात. कोणत्याही तपासणीत सहसा दोष सापडत नाही. उपचारामध्ये पथ्याचे महत्त्व फार असते. वाटाणा, पावटा, हरभरा, कोबी, तळलेले व मसालेदार पदार्थ टाळावेत. आहारात तंतूंचे प्रमाण हळूहळू वाढवावे. कधीकधी औषधांचा वापरही उपयुक्त ठरू शकतो.

मोठ्या आतड्याचा कॅन्सर

बहुतेक वेळा मोठ्या आतड्याचा कॅन्सर हा आतड्यातील आधीपासून असलेल्या गाठीवजा आजारातून होतो. या गाठींना पॉलिप्स म्हणतात. या पॉलिप्सचे अनेक प्रकार असतात. त्यातील एक टक्का पॉलिप्समधून कॅन्सर निर्माण होतो. हा बदल संथपणे होतो. सर्वसाधारणपणे पॉलिपचे कॅन्सरमध्ये रूपांतर होण्याकरिता पाच ते दहा वर्षे लागतात. हा बदल त्या पेशींच्या जनुकीय रचनेत आलेल्या बदलामुळे होतो. असा जनुकीय बदल होण्यापूर्वीच पॉलिप काढून टाकला गेला, तर त्या व्यक्तीला त्या जागी मोठ्या आतड्याचा कॅन्सर होणार नाही. मोठ्या आतड्याचा कॅन्सर होणे ही एक नेहमी होणारी घटना आहे. पॉलिपचे कॅन्सरमध्ये रूपांतर होण्यामागे आपल्या जीवनशैलीतील घटना कारणीभूत ठरतात. आहारात स्निग्ध पदार्थांचे (तूप, लोणी, साय, तळलेले पदार्थ, मटणाबरोबर येणारी चरबी, अंड्यातील पिवळा बलक इत्यादी) अतिरेकी सेवन, तंतूंचा आहारात अभाव (पालेभाज्या, शिरांच्या भाज्या, कोशिंबिरी, फळे, तृणधान्यांचा कोंडा), धूम्रपान यांचा कॅन्सर होण्यात महत्त्वाचा भाग असतो. आनुवंशिकता हादेखील महत्त्वाचा भाग ठरू शकतो. मधुमेह आणि आतड्याचे इतर काही आजार (अल्सरेटिव्ह कोलायटिस) यांचादेखील दुष्परिणाम होतो. सुरुवातीला आतड्याचा कॅन्सर झालेल्या व्यक्तीला विशेष अशी लक्षणे नसतात. पॉलिप जेव्हा मोठे होते, तेव्हा आतड्यातून मल पुढे सरकण्यास अडथळा येऊ लागतो, शिवाय शौचाद्वारे रक्त पडू लागते. एकदा जरी शौचाद्वारे रक्त पडले तरी त्याचे कारण शोधणे आवश्यकच असते. प्रत्येक वेळी ते कारण मूळव्याधाचे नसते, हे ध्यानात ठेवावे.

मलावरोध

जेव्हा मल घट्ट होतो (खडा), मल बाहेर टाकताना कष्ट घ्यावे लागतात (मलप्रवृत्ती सहन होत नाही) आणि मलप्रवृत्तीची वारंवारिता संथावते, तेव्हा मलावरोध झाला आहे असे म्हणतात. अनेकदा हा शब्द चुकीने वापरला गेल्याचे आढळते. 'शौचाला जाऊन आल्यावरदेखील अजून पोट साफ झाले नसल्याच्या भावनेला 'मलावरोध' म्हणतात, हा 'मलावरोध' या शब्दाचा चुकीचा वापर असतो. मलप्रवृत्तीनंतरही पोट संपूर्ण मलविरहित न झाल्याची भावना चालू राहण्याची कारणं आतड्याच्या शेवटच्या भागात काहीतरी दाह होत असणे, हे होय. मलावरोध होण्याची विविध कारणे असतात. कारण शोधून त्यावर उपचार करणे, हे महत्त्वाचे ठरते. सर्वात महत्त्वाचे कारण आहारात तंतू आणि पाणी यांची त्रुटी हे होय. पालेभाज्या, शिरांच्या भाज्या, कोशिंबिरी, फळे, तृणधान्यांचा कोंडा, काळ्या मनुका यांत मुबलक तंतू असतात. ऋतुमानाप्रमाणे पाण्याची गरज कमीजास्त होते. मलावरोध होण्याची प्रवृत्ती असणाऱ्यांनी उन्हाळ्यात १० ते १२ ग्लास पाणी प्यावे. शक्यतो औषधांचा वापर टाळावा. आवश्यकता वाटल्यास मिथाइल सेल्युलोज किंवा इसबगोल घ्यावे. त्यातल्या त्यात विरघळणारा तंतू आतड्याचा क्षय करत नाही. पेरू व सफरचंद अशा फळांचे गर उत्तम. डिंकाचा चांगला फायदा होतो.

डायव्हर्टिक्युलायटिस

डायव्हर्टिक्युलाय हे डायव्हर्टिक्युलम् या शब्दाचे अनेकवचन आहे. एखाद्या नलिकेसारख्या अवयवाच्या अस्तरातील स्नायूंच्या कमजोरीमुळे अस्तरातील काही भाग फुग्याप्रमाणे नलिकेच्या बाहेर आल्यास त्या भागाला डायव्हर्टिक्युलम् म्हणतात. मोठ्या आतड्याच्या अस्तराच्या अशा फुग्यासारख्या आतड्याच्या बाह्यभागात येणाऱ्या भागातील पोकळीत जीवाणूंमुळे दाह होतो व तेथे एक गळू होतो. या स्थितीला डायव्हर्टिक्युलायटिस म्हणतात. तीनपेक्षा जास्त डायव्हर्टिक्युलाय असले, तर त्या स्थितीला डायव्हर्टिक्युलोसिस म्हटले जाते. वाढत्या वयाबरोबर डायव्हर्टिक्युलोसिस होणाऱ्या व्यक्तींचे प्रमाण वाढत जाते. संख्येने एकपासून काही शतकांपर्यंत डायव्हर्टिक्युलाय असू शकतात. या डायव्हर्टिक्युलाय यांचा रुग्णाला काहीच त्रास होत नाही. ज्यांच्या आहारात तंतूंचे प्रमाण कमी असते अशा व्यक्तींना डायव्हर्टिक्युलाय होण्याची संभाव्यता जास्त असते. डायव्हर्टिक्युलम्मध्ये दाह झाल्याने पोटात जोरात दुखू लागते. रुग्णाला ताप येऊ शकतो. मळमळते, मलावरोध किंवा जुलाब होऊ लागतात. रक्ताच्या तपासणीत पांढऱ्या रक्तगोलकांचे प्रमाण वाढते. ५०% रुग्णांना शौचाद्वारे रक्त पडते. प्रतिजैविकांचा वापर आणि आतड्याला विश्रांती यांनी डायव्हर्टिक्युलायटिसचा त्रास थांबला नाही, तर शस्त्रक्रिया करावी लागते. त्रास वाढू नये यासाठी आहारातील तंतूंचे प्रमाण हळूहळू वाढवावे.

आतड्याचा दाह असणारे विकार

लहान आणि मोठ्या आतड्याचा दाह करून तेथे जखमा व सूज आणणारे काही दीर्घसूत्री आजार या शीर्षकाखाली येतात. यामधील दोन विकार महत्त्वाचे असतात: (१) अल्सरेटिव्ह कोलायटिस (२) क्रोन्स डिसीज. सहसा या आजारांची सुरुवात वयाच्या १५ ते ४० दरम्यान होते.

अल्सरेटिव्ह कोलायटिस या आजारात मोठ्या आतड्याच्या अस्तरात सूज व जखमा होणे सुरू होते. क्रोन्स डिसीज या विकारात दाह होणे, सूज येणे, जखमा होणे असे दोष आतड्यांत कोठेही होतात; परंतु लहान आतड्याच्या शेवटच्या भागात हा आजार नेहमी आढळतो. या आजारात येणारी लक्षणे आणि इरिटेबल बॉवेल सिंड्रोममध्ये होणारे त्रास यांत बरेच साम्य असते. फरक एवढाच असतो, की इरिटेबल बॉवेल सिंड्रोम या विकाराने ग्रस्त झालेल्या व्यक्तीच्या आतड्यात कोणताही रचनात्मक बदल होत नाही. आतड्यात जखमा झालेल्या नसतात, त्यामुळे शौचाद्वारे रक्त पडत नाही, रक्तक्षय होत नाही व वजन घटत नाही. अल्सरेटिव्ह कोलायटिसमध्ये शौचाद्वारे रक्त पडते, जुलाब होतात. शौचावाटे पू जातो. रुग्णाला ताप येतो, पोटात दुखते. अधूनमधून किंवा सतत त्रास होतो.

क्रोन्स डिसीजमध्ये भूक मंदावते, जुलाब होतात, पोट दुखते. शौचावाटे रक्त पडते, रक्तक्षय होतो, वजन घटते. क्रोन्स डिसीजमध्ये सांधे धरणे, त्वचेवर पुरळ येणे असेही दोष होतात.

आतड्याच्या दाहाचे उपचार

रक्तक्षय, रक्तात पांढऱ्या रक्तगोलकांचे प्रमाण वाढलेले असणे आणि शरीरात दाह होत असल्याचे लॅबोरेटरी टेस्टवरून लक्षात येते, तेव्हा आतड्याचा दाह होत असल्याचे लक्षात येते. कोलॉनोस्कॉपी व आवश्यक तेथून घेतलेल्या सॅम्पलची बायोप्सी यांनी निदान निश्चित करता येते. अमायनोसॉलिसिलेट आणि कार्टिझोन ही औषधे असणारे एनिमा वापरणे उपयोगी ठरते. तोंडाने वापरण्यात येणारे प्रभावी औषध म्हणजे मेझालॅझिन. हे दीर्घकाळ घेणे इष्ट असते. क्वचित एखाद्या व्यक्तीचे या औषधाने डोके दुखते. मळमळते व भूक मंदावते. हे सहन न झाल्यास कार्टिकोस्टेरॉइड्स घेण्याने चटकन बरे वाटते. हे औषध दीर्घकाळ घेण्याने बरेच नको असणारे दुष्परिणाम होणे संभवते. त्यातल्या त्यात ब्युडेसोनाइड असलेला फेस एनिमामार्फत वापरण्याने दुष्परिणाम कमी होतात. साध्या उपायांना दाद न देणाऱ्या व्यक्तींना इम्युनोझप्रसंट रेणू देतात. शेवटचा उपाय आतड्याचा विकार आलेला भाग काढून टाकणे हा होय. आठ वर्षांपेक्षा जास्त काळ आतड्याच्या दाहाचे आजार शरीरात राहण्याने कॅन्सर होण्याचा धोका संभवतो. मोठे आतडे काढून टाकणे व नंतर त्या रुग्णाची देखभाल, या तज्ज्ञ डॉक्टरांच्या देखरेखीखालीच करण्याच्या गोष्टी आहेत.

कावीळ

शरीराच्या आतल्या पेशी व बाहेरचे आवरण (त्वचा इत्यादी) यांना कमीजास्त पिवळसर झाक येणे याला कावीळ म्हणतात. पेशींच्या सभोवताली असणाऱ्या पेशीजलात पिवळ्या रंगाच्या बिलिरुबिन या रेणूंचे प्रमाण वाढण्याने बहुधा ही स्थिती येते. बिलिरुबिनचे दोन प्रकार असतात : फ्री (मोकळे) अथवा अन्कॉन्जुगेटेड आणि कॉन्जुगेटेड (दुसऱ्या रेणूशी बांधलेले). चांगल्या प्रकृतीतील व्यक्तींच्या रक्तात हे फ्री अन्कॉन्जुगेटेड बिलिरुबिन दर १०० मिलिलीटर प्लाझ्मामध्ये ०.५ एमजी इतके असते. हे फ्री बिलिरुबिन आपल्या लाल रक्तगोलकातील हिमोग्लोबिनच्या रेणूंपासून रेटिक्योलोएण्डोथीलियल पेशीत तयार होते. ते यकृताच्या पेशीत जाते. तेथे ग्लुकोरॉनिक ॲसिड या रेणूशी बिलिरुबिनच्या रेणूचा संयोग होऊन संयुक्त (कॉन्जुगेटेड) बिलिरुबिन तयार होते. आता यकृताच्या पेशी बिलिरुबिन कॉन्जुगेटेड बिलिरुबिन या स्वरूपात स्रवतात. या कॉन्जुगेटेड बिलिरुबिनच्या रेणूवर आतड्यातील विषाणू प्रक्रिया करतात. सामान्यपणे ५०% बिलिरुबिनचे रूपांतर पाण्यात विरघळणारा पाण्यात विरघळणाऱ्या युरोबायलिनोजेन या रेणूत हे जीवाणू करतात. आतड्यातून तो रक्तात शोषला जातो व ९०% यकृताच्या पेशी पुन्हा त्याची रवानगी आतड्यात करतात. ५% युरोबायलिनोजेन लघवीतून बाहेर टाकला जातो. युरोबायलिनोजेनचा हवेशी संपर्कआल्यावर लघवीतील युरोबायलिनोजेनचे रूपांतर युरोबायलिनमध्ये आणि शौचावाटे बाहेर पडणाऱ्या मलाचे रूपांतर सृर्कोबायलिनमध्ये होते. लघवीचा पिवळसर रंग किंवा शौचावाटे बाहेर पडणाऱ्या मलाचा पिवळा रंग या रेणूंमुळे असतो. रक्तात दोन्ही प्रकारचे बिलिरुबिनचे रेणू असतात. बिलिरुबिनचे रक्तातील (प्लाझ्मामधील) प्रमाण १.५ एमजी प्रति १०० मिलिलीटरमध्ये इतके झाल्यावर शरीरावरील त्वचेत, डोळ्यांत पिवळी झाक येऊ लागते. जेव्हा रक्तात बिलिरुबिनचे प्रमाण बरेच जास्त असते, तेव्हा बहुतेक वेळा कॉन्जुगेटेड बिलिरुबिन वाढते. कोणत्या प्रकारच्या रेणूंचे प्रमाण वाढले आहे, यावरून काविळीचा प्रकार व विकाराचे स्थान ओळखता येते. रक्तगोलकांचा ठिसूळपणा वाढल्याने होणारी कावीळ हिमोलायटिक जाँडिस या नावाने ओळखली जाते. या प्रकारात अन्कॉन्जुगेटेड बिलिरुबिनचे प्रमाण वाढते; तर पित्तरसाला वाहण्यात आलेल्या अडथळ्यामुळे झालेल्या काविळीत कॉन्जुगेटेड बिलिरुबिनचे प्रमाण वाढते. या प्रकाराला ऑब्स्ट्रक्टिव्ह जाँडिस म्हणतात. उपचार सर्वस्वी निदानावर अवलंबून असल्यामुळे काविळीचा प्रकार ओळखणे महत्त्वाचे ठरते.

पोटात गॅसेस होणे, ढेकर येणे

पोटात गॅसेस होणे ही तक्रार अनेकांची असते; परंतु पोटात गॅसेस थोड्याच प्रमाणात होतात. बऱ्याच वेळा हे गॅसेस म्हणजे गिळलेली हवाच असते. विशेषत: जेव्हा ढेकरा येतात, तेव्हा बहुतेक वेळा गिळलेली हवाच तोंडावाटे परत येत असते. पदार्थ चोखताना आणि अन्न गिळताना हवा गिळली जाते. वायुमिश्रित (aerated drinks) शीतपेये पिताना हवा पोटात जाते. जठरातून लहान आतड्यात जाताना चर्वण झालेले अन्न पुढे सरकू शकले नाही, तर मात्र या अन्नाचे अर्धवट पचन होते व गॅस तयार होतो. हवा गिळण्याचे सर्वात महत्त्वाचे कारण आवंढा गिळणे हे होय. आपण सगळेच अधूनमधून आवंढा गिळतो, शिवाय अन्न गिळताना व पेये-पाणी पिताना थोडीबहुत हवा गिळत असतो. बशीतून चहा पिताना मोठ्याने आवाज करत पिण्याने खूपच हवा ओढली जात असते. धूम्रपान करताना आणि विड्याचे पान खातानादेखील हवा गिळली जात असते. घसा कोरडा पडला की तेथे ओलावा येण्याकरिता माणसे लाळ गिळतात; परंतु लाळ पुरेशी तयार होत नसल्याने हवाच गिळली जाते. घसा कोरडा पडण्याची अनेक कारणे असू शकतात. शरीरात पाणी कमी पडणे, लाळ तयार करणाऱ्या ग्रंथींचे कार्य नीट न होणे आणि अनेक औषधांच्या परिणामांमुळे लाळ तयार होण्याचे प्रमाण घटते. लाळ तयार होणाऱ्या ग्रंथींचे काम कमी होण्याचे एक महत्त्वाचे कारण चिंतातुर होणे हे आहे. एखादी समस्या समोर यावी व त्या समस्येचे उत्तर ठाऊक नसावे, अशा परिस्थितीत लाळ तयार होणे थांबते. भीतीमुळे तोंड कोरडे पडते. कोणत्याही कारणाने घसा कोरडा पडला की हवा गिळली जाऊ लागते. शिवाय पचनाच्या विविध आजारांत हवा गिळली जाते. अशा अनेक कारणांनी गिळलेली हवा जठरात जाते. जठरात थोडी हवा नेहमीच असते. किती हवा जठरात मावावी, याचे प्रमाण ठरलेले आहे. प्रमाणापेक्षा जास्त हवा जठरात गेली तर ती ढेकर देऊन बाहेर काढली जाते. गिळलेली हवा बाहेर आली, तर ढेकर देताना ढेकरांचा आवाज येतो; परंतु येणाऱ्या ढेकरांना करपट किंवा आंबूस वास नसतो किंवा ढेकरांबरोबर आंबट गुळणी येत नाही. हवा गिळणे थांबवण्यासाठी दातांत बाटलीचे बूच अथवा रुमालाची घडी ठेवण्याने हवा गिळली जात नाही व ढेकर येणे थांबते.

पोटात गॅसेस होणे

सामान्यपणे २४ तासांत आपल्याला ४०० ते १२०० मिलिमीटर्स एवढा वारा सरतो. पचावयास जड अशा पदार्थांचे सेवन जास्त झाल्यास अधिक वारा सरतो. वाटाणा, पावटा, हरभरा अशा पदार्थांचे पचन होणे कठीण असते. डाळींमध्ये रॅफिनोझ आणि स्टॅचिओझ नावाची कर्बोदके असतात. ही कर्बोदके आपल्या आतड्यातील विकरे (एन्झाइम्स) पचवू शकत नाही. सर्व शाकाहारी अन्नातून सेल्युलोज आतड्यात जातो. याचे कारण वनस्पतीच्या प्रत्येक पेशीचे आवरण सेल्युलोजने बनलेले असते. विशेषत: न शिजलेले अन्न सेवण्याने सेल्युलोज पोटात जातो. सर्व कोशिंबिरी व फळे न शिजवता घेतली जातात; शिवाय कणीक, भात, केळी यातील स्टार्चचे विघटन न होता मोठ्या आतड्यात पचनास जाते. मोठ्या आतड्यातील जीवाणूंमध्ये सेल्युलोज नावाचा विकर स्त्रवण्याची क्षमता असते. या विकरामुळे सेल्युलोज व न पचलेल्या कर्बोदकांचे विघटन होऊन त्यातून शॉर्ट चेन फॅटी ॲसिड्स तयार होतात. यातून मिथेन, हायड्रोजन आणि कार्बन डायऑक्साइड हे वायू तयार होतात. या वायूंना कोणताही दर्प नसतो. केवळ वारा सरताना होणाऱ्या आवाजाने व्यक्तीला ओशाळल्यासारखे वाटते. प्रथिनांत मात्र सल्फर असणारी अमायनो आम्ले असतात. यातील सल्फरचा हायड्रोजनशी संयोग होऊन हायड्रोजन सल्फाइड नावाचा रेणू तयार होतो, त्यामुळे सरणाऱ्या वायूला दुर्गंधी येते. अन्न नीट सावकाश चावून खाणे, आहारात पचावयास जड अन्नघटकांचे सेवन मर्यादित ठेवणे, आतड्यातील जीवाणूंची संख्या ताब्यात ठेवणे, अशा पद्धतीने वारा सरण्यावर ताबा ठेवता येतो. टेट्रासायक्लिन प्रतिजैविकांचा वापर अनेकदा उपयोगी ठरतो. नियमित आठ ते दहा ग्लास पाणी रोज प्यायल्याने मल बाहेर टाकण्यास मदत होते. थोडे परंतु वेळोवेळी खाणे पचनाच्या दृष्टीने श्रेयस्कर असते. एकूणच आहाराचे प्रमाण कमी ठेवणे उपयुक्त असते. तळलेले आणि मसालेदार पदार्थ पचायला जड असतात. शिजवलेले आणि भाजलेले पदार्थ तुलनेने हलके असतात. २०० ग्रॅम बेक्ड बीन्स खाण्याने ७०० मिलि गॅस तयार होतो.

डॉ. हणमंत विद्याधर सरदेसाई
(जन्म : १० एप्रिल १९३३)

डॉ. ह. वि. सरदेसाई हे महाराष्ट्रात एक ज्येष्ठ वैद्यकीय सल्लागार म्हणून सुपरिचित आहेत. त्याचबरोबर एक उत्कृष्ट शिक्षक म्हणून त्यांनी बी. जे. महाविद्यालयात नाव कमावले, याबद्दल त्यांचा 'भास्कराचार्य पुरस्कारा'ने गौरव झाला.

आरोग्यावर त्यांची आजवर २७ पुस्तके प्रसिद्ध झालेली असून *घरोघरी ज्ञानेश्वरी जन्मती* या पुस्तकाची चोविसावी आवृत्ती निघाली आहे व त्यांच्या *आहार व आरोग्य* या पुस्तकाला महाराष्ट्र साहित्य परिषदेचा उत्कृष्ट पुस्तकाचा पुरस्कार मिळाला. *जीवनशैली* या पुस्तकाच्या एका वर्षात तीन आवृत्त्या निघाल्या.

मानाचा पुण्यभूषण पुरस्कार, रोटरी क्लबचा व्यावसायिक श्रेष्ठता पुरस्कार, हृदयमित्र पुरस्कार, बा–बापू पुरस्कार, आरोग्य ज्ञानेश्वर पुरस्कार आदी अनेक पुरस्कार लाभले आहेत. पुण्यातील अनेक वैद्यकीय आणि शैक्षणिक संस्थांचे अध्यक्ष, उपाध्यक्ष अथवा सल्लागार म्हणून त्यांनी कार्य केलेले आहे. लेखनाबरोबर त्यांची एक प्रभावी वक्ता या नात्यानेही समाजाला ओळख आहे. रेडिओ, टेलिव्हिजन, वर्तमानपत्रे, मासिके अशा ठिकाणी त्यांचे लिखाण चालू असते. त्याचबरोबर अनेक ठिकाणी अनेक विषयांवर ते व्याख्यानेही देतात. योग, आपली धार्मिक प्रकृती, स्मरणशक्ती, व्यक्तिमत्त्व, भगवद्गीता, मन:शांती, प्रकृतिस्वास्थ्य इत्यादी विषयांवर त्यांची व्याख्याने गाजलेली आहेत. 'जीवनशैली' या शीर्षकाखाली त्यांच्या पाच ध्वनिफितीही उपलब्ध आहेत.

www.ingramcontent.com/pod-product-compliance
Lightning Source LLC
Chambersburg PA
CBHW031327230926
51848CB00001B/127
* 9 7 8 9 3 8 4 3 1 6 9 8 3 *